ஜெபமும் சீஷத்துவமும்

புதிய விசுவாசிகளுக்கான

Kathleen Vergers

தொகுப்பு: Rozanne Villawarayen
வரைகலை: Paul Joy, Hand Drawn Today
பின் அட்டைப்பட ஆசிரியர் படம்: Jonathan Ho, Jonkelly Productions
முன் அட்டைப்படம்: Frances Coch

ISBN:
Paperback - ISBN: 978-1-7642759-4-1 | Ebook - ISBN: 978-1-7642759-5-8
முதல் பதிப்பு: செப்டம்பர் 2025
ஆஸ்திரேலியாவில் அச்சிடப்பட்டது: IngramSpark

பொருளடக்கம்

அர்ப்பணிப்பு

எனக்கு ஜெபிக்க கற்றுக்கொடுத்த என் தந்தை மாரிஸ் அவர்களுக்கும், எழுத வேண்டும் என உறுதியூட்டிய என் தாய் ஜேன் அவர்களுக்கும் – என் இதயங்கனிந்த நன்றிகள்.

என் கணவர் பில் – எங்களுடைய எண்ணற்ற நடைபயணங்களில் விசுவாசம் குறித்த முடிவற்ற உரையாடல்களுக்கு நன்றி.

என் மூன்று பிள்ளைகள் எமிலி, லியாம், மற்றும் ஈவா – உங்கள் அன்பு நான் எண்ணியதைவிட அதிகமாக என்னை ஆசீர்வதித்திருக்கிறது.

அறிமுகம்

நீங்கள் அழகான ஒன்றை வளர்க்க எப்போதாவது முயன்றதுண்டா? ஒரு சிறிய விதையை வளரும் செடியாக வளர்த்ததோ, அல்லது ஒரு சிந்தனையை வளரும் தொழிலாக பராமரித்ததோ உண்டா? அப்படியெனில், வளர்ச்சியின் கொள்கைகளை ஏற்றுக்கொண்டு நடைமுறையில் செயல்படுத்துவது எவ்வளவு அவசியம் என்பதை நீங்கள் அறிந்திருப்பீர்கள். இந்த அறிவால், நேரத்தையும் வளங்களையும் வீணாக்கும் ஏமாற்றத்தைத் தவிர்த்து, உங்கள் வளர்ச்சியை விரைவுபடுத்தலாம்.

ஒரு விதையையோ அல்லது ஒரு சிந்தனையையோ வளர்ப்பதற்கு அக்கறையும் கவனமும் தேவைப்படுகின்றன. அதைப் போலவே, விசுவாசத்தின் கொள்கைகளை அறிந்து அவற்றை நடைமுறையில் கையாளுவதன் மூலம் நாம் விசுவாசத்தையும் வளர்க்க வேண்டியது அவசியம்.

புதிய விசுவாசியாக உங்கள் விசுவாசப் பயணத்தில் முன்னேறும்போது, தினசரி இரட்சிப்பு, மனந்திரும்புதல் மற்றும் மன்னிப்பு ஆகிய அடிப்படை கொள்கைகளை ஏற்றுக்கொள்வது உண்மையான விடுதலையையும் வளர்ச்சி நிலையையும் அனுபவிப்பதற்கு அவசியமாகும்.

புதிய விசுவாசிகளுக்கான ஜெபமும் சீஷத்துவமும்” என்ற இந்த நூல், உங்கள் விடுதலை, சுதந்திரம் மற்றும் சுகமடைவதற்கான அடித்தளத்தை உங்களுக்கு அளிக்கிறது. மேலும், வேதாகம வசனங்களைப் பயன்படுத்தி, உங்கள் ஜெபங்களை தேவனுடைய வாக்குறுதிகளோடு சீரமைப்பது எப்படி என்பதை கற்பிக்கிறது. கூடுதலாக, கிறிஸ்துவின் நீதியில் வாழ்வதற்கான நடைமுறை வழிகாட்டுதல்களையும் அளிக்கிறது.

மீண்டும் மீண்டுமாக நடைபெறும் அடக்குமுறைச் சுழற்சிகள், நம்மை பலவீனமானவர்களாகவும் நம்பிக்கையற்றவர்களாகவும் உணரச் செய்யலாம். ஆனால், ஆன்மீக வளர்ச்சியை வெளிப்படுத்தி, தேவனுடைய அபரீதமான விடுதலையை கொடுக்கும் வேதாகமக் கொள்கைகளை நாம் புரிந்துகொண்டால், தேவனுடைய வார்த்தை வாக்குறுதி அளிக்கும் அந்தச் விடுதலையில் நாம் நடக்கலாம். நீங்கள் வளர்ந்து செழிக்கும்படிக்கு, இந்த நூல் உங்களுக்கு நடைமுறை, வேதாகம அடிப்படையிலான படிகளை வழங்குகிறது.

இது உங்களுக்கு கற்றுத்தரும் மற்றும் வேதாகமத்தின் அடிப்படையில் அமைந்த ஜெபங்களையும் வழங்குகிறது, அவைகள் உங்களுக்கு விடுதலையின் படிகளை அளிக்கின்றன:

- ஆரோக்கியமான இருதயங்கள்
- ஒப்புரவான உறவுகள்
- கட்டுப்பாடுகளில் இருந்து முறியடிப்பு

பல ஆண்டுகள் ஊழியத்தில் இருந்தபோது, தங்களுக்காக ஜெபிக்கும்படி தேடிவரும் மக்கள் அடிக்கடி கூறும் பொதுவான கருப்பொருள்களை நான் கவனித்தேன். அந்தப் புரிதலே, விடுதலையைத் தேடுவோருடன் நான் பகிர்ந்த சில ஜெபங்களை எழுதத் தூண்டியது. இவை கடுமையான வடிவங்கள் அல்ல, மாறாக, வேதாகம வசனங்களை தைரியமாக உங்கள் சொந்த ஜெபங்களில் பயன்படுத்த உங்களை ஊக்குவிக்கின்றன.

இந்த ஜெபங்களையும் அறிவிப்புகளையும் தேவனுடைய வசனங்களை எவ்வாறு பயன்படுத்தி, உங்களுக்கும் உங்கள் குடும்பத்திற்கும் அவர் வைத்திருக்கும் சிறந்த திட்டங்களோடு இணைந்து ஜெபிக்கலாம் என்பதை அறியுங்கள். உங்கள் விசுவாசம் வலுவாக வளரும், தேவனுடைய நன்மையையும் வல்லமையையும் நம்பக் கற்றுக்கொள்ளும் போது, நீங்கள் மற்றும் உங்கள் குடும்பம் செழித்து மலருவீர்கள் என்று நான் ஜெபிக்கிறேன். விசுவாசத்தில், பரிசுத்த ஆவியுடன் துணிச்சலான ஜெபங்களைச் செய்ய வேண்டிய நேரம் இது – இயேசு உங்களுக்காக மரித்து தந்த விடுதலையில், உங்கள் குடும்பம் வாழ்வதைப் பார்க்கும் நேரம் வந்துவிட்டது.

அதிகாரம் 1

என்னிடம் வாருங்கள்

ஜீவ அப்பம் நானே

யாராவது உங்களை நன்கு அறியாதவர்கள், உங்களின் உண்மையான குணநலனையும், திறமையையும், ஆளுமையையும் அல்லது உங்கள் திறனையும் சரியாக காட்சிப்படுத்தாமல் விவரித்ததுண்டா? அவர்களின் கருத்து உங்கள் உண்மையான அடையாளத்தை எடுத்துக்காட்டாமல் போயிருக்கலாம். சில நேரங்களில், நீங்கள் அதைச் சீர்படுத்த முயன்றிருக்கலாம், சில நேரங்களில் அமைதியாக விட்டுவிட்டிருப்பீர்கள்.

மோசேயிடம் தம்மை வெளிப்படுத்த விரும்பியபோது, தேவன் தம்மை "இருக்கிறவராக இருக்கிறேன்"" (யாத்திராகமம் 3:14) என்று அழைத்தார். இந்த இரகசியமான வார்த்தைகள், தேவனுடைய காலங்களுக்கு அப்பாற்பட்ட உண்மையையும், அவரது மாறாத இயல்பையும் குறிக்கின்றன – கடந்தகாலம், நிகழ்காலம், எதிர்காலம் அனைத்திலும் அவர் நிலைத்திருப்பதை அறிவிக்கின்றன.

அதேபோல, இயேசுவும் தமது உண்மையான அடையாளத்தை வெளிப்படுத்துவதற்காக "நான்" என்ற வார்த்தையைத் தேர்ந்தெடுத்தார். மக்கள் பலர் அவரை புரிந்துகொள்ள முயன்றனர், அவர் யார், ஏன் வந்தார் என்பதைத் தெளிவாக அவர்கள் அறிய விரும்பினார். இயேசு ஏழு "நான்" என்ற அறிக்கைகளைச் சொன்னார். அவை அவர் யார் என்பதையும், அவரது பணியைப் பற்றியும் வெளிப்படுத்தின. ஏழு என்ற எண் வேதத்தில் நிறைவு மற்றும் பரிபூரணத்தைக் குறிக்கிறது, அதுபோலவே இந்த அறிக்கைகள் அவரது முழுமையான அடையாளத்தை எடுத்துரைக்கின்றன. இவை அனைத்தும் யோவான் சுவிசேஷத்தில் பதிவு செய்யப்பட்டுள்ளன. அதோடு, பல அற்புதச் செயல்களும் அங்கே இணைக்கப்பட்டுள்ளன. யோவான் இவ்வாறு எழுதுகிறார்:

மேலும், இயேசு கிறிஸ்து தேவனுடைய குமாரன் என்று நீங்கள் நம்புவதற்காகவும், அவர் நாமத்தினாலே விசுவாசித்து நித்திய ஜீவனைப் பெறுவதற்காகவும் இவையெல்லாம் எழுதப்பட்டிருக்கிறது" (யோவான் 20:31 தமிழ் ESV)

இயேசு தம்மை எவ்வாறு விவரிக்கிறார் என்பதை கவனிப்பது, அவர் யார் என்பதை நமக்கு புரிந்துகொள்ள உதவுகிறது. அதேசமயம், மக்கள் ஏன் அவரைப் பின்பற்றத் தீர்மானித்தார்கள் என்பதை நமக்கு விளக்குகிறது.

யோவான் சுவிசேஷத்தில், இயேசு ஒரு மனிதர் மட்டுமல்ல அல்ல, அவர் தெய்வீகமானவர் என்பதையும் காட்டும் பல அடையாளங்களை நாம் படிக்கிறோம். அதில் ஒன்று, ஒரு சிறுவனின் சிறிய மதிய உணவான அப்பமும் மீனும் பெருகுமாறு அவர் ஜெபித்தது. அந்த அற்புதத்தின் மூலம், ஆயிரக்கணக்கான மக்களுக்கு அவர் உணவு அளித்தார்.

அடுத்த நாள், அந்த அற்புத உணவை சாப்பிட்ட கூட்டத்திலிருந்த சிலர் அவரைத் தேடி வந்தார்கள். அவர்கள் அவரைப் பார்த்ததால் அல்ல, அவர்களின் வயிறு நிரம்பியதால் வந்தனர். அவர்களின் விசுவாசம் அவரின் அற்புதத்தில் உருவானது.

அவர்கள், நாங்கள் என்ன செய்ய வேண்டுமென தேவன் விரும்புகிறார் என்று கேட்டபோது, தேவன் அனுப்பினவரை நீங்கள் விசுவாசிக்க வேண்டும் என்று இயேசு அவர்களுக்குப் பதிலளித்தார். அவர்கள் தங்களது முன்னோர்கள் வனாந்தரத்தில் வானத்திலிருந்து மன்னா பெற்றதை நினைத்தார்கள் (யாத்திராகமம் 16).

அப்பொழுது இயேசு அவர்களிடம் பொறுமையுடன் விளக்கினார்: "இயேசு அவர்களிடம், "வாழ்வின் அப்பம் நானே. என்னிடம் வருகிறவன் ஒருபோதும் பசியடைய மாட்டான், என்னை விசுவாசிக்கிறவன் ஒருபோதும் தாகமடைய மாட்டான்" (யோவான் 6:35 தமிழ் ESV)

இயேசுவின் அடையாளமும் அவரது ஊழியமும் எப்போதும் “ஜீவ அப்பம்” எனும் நோக்கத்திலேயே இருந்தது. அவரின் பிறப்பிடமே கூட (பெத்லெகேம்) தீர்க்கதரிசன ரீதியாக “அப்பத்தின் வீடு” என்ற அர்த்தம் கொண்டது.
ஜீவ அப்பத்தைப் பெற விரும்புகிறவர்களிடம் அவர் கீழ் காணும் இரண்டு விஷயங்களை செய்யும்படி இயேசு தெளிவாக கேட்டார்: அவரிடமாக வருதல் அவரை விசுவாசித்தல் ஆனால், சிலர் அவரை மனிதனாகவே மட்டும் கருதி, அவர் தெய்வீக இயல்புள்ள தேவனுடைய குமாரன் என்பதை மறந்தார்கள். அதனால் அவர்கள் இவ்வாறு சந்தேகித்தார்கள்: மக்கள் இயேசுவை அடையாளம் கண்டு, ”இவன் யோசேப்பின் குமாரனாகிய இயேசு அல்லவா, இவனுடைய தகப்பனையும் தாயையும் அறிந்திருக்கிறோமே, அப்படியிருக்க, நான் வானத்திலிருந்திறங்கி வந்தேன் என்று இவன் எப்படிச் சொல்லுகிறான்?” என்று கேள்வி எழுப்பினார்கள்” (யோவான் 6:42 தமிழ் ESV). இது இயல்பான கேள்வியாக தோன்றினாலும், அது அவர் அப்பத்தைப் பெருக்கிய அற்புதத்துக்குப் பின் கேட்டது. நமது விசுவாசம் சந்தேகத்தை விட வலிமையாக இருக்க வேண்டும் என்பதை இது நமக்குக் கற்றுக் கொடுக்கிறது.
அப்பம் தமது உடலையும், திராட்சரசம் தமது இரத்தத்தையும் குறிக்கிறது என்று இயேசு விளக்கினார். அப்பமானது அவருடைய மரணம் மற்றும் உயிர்த்தெழுதலால் நாம் பெறும் மன்னிப்பைக் குறிக்கிறது. இந்த மன்னிப்பு நித்திய ஜீவனுக்கு வழி நடத்துகிறது. எனவேதான் அதனால் அவர் தம்மை ஜீவ அப்பம் என்று கூறினார்.

அதற்கு இயேசு அவர்களை நோக்கி: நீங்கள் மனுஷகுமாரனுடைய மாம்சத்தைப் புசியாமலும், அவருடைய இரத்தத்தைப் பானம்பண்ணாமலும் இருந்தால் உங்களுக்குள்ளே ஜீவனில்லை என்று மெய்யாகவே மெய்யாகவே உங்களுக்குச் சொல்லுகிறேன். என்னுடைய மாம்சத்தைப் புசித்து என்னுடைய இரத்தத்தைப் பானம்பண்ணுகிறவனுக்கு நித்திய ஜீவன் உண்டு; கடைசிநாளிலே அவனை நான் உயிர்த்தெழப்பண்ணுவேன். என்னுடைய மாம்சமானது மெய்யான போஜனமாகவும், என்னுடைய இரத்தமானது மெய்யான பானமாகவும் இருக்கிறது. என்னுடைய மாம்சத்தைப் புசித்து என்னுடைய இரத்தத்தைப் பானம்பண்ணுகிறவன் என்னிலே நிலைத்திருக்கிறான், நானும் அவனிலே நிலைத்திருக்கிறேன். வாழுகிற பிதாவானவர் என்னை அனுப்பினார், நானும் பிதாவினாலே பிழைத்திருக்கிறேன்; அதுபோல என்னைப் புசிக்கிறவனும் என்னாலே பிழைத்திருப்பான். வானத்திலிருந்து இறங்கின அப்பம் இதுவே; உங்கள் பிதாக்கள் புசித்து இறந்ததைப் போலல்ல, இந்த அப்பத்தைப் புசிக்கிறவன் என்றென்றைக்கும் பிழைப்பான். என்று இயேசு கூறினார் யோவான் 6:53-58 (தமிழ் ESV).

இந்த அடையாளத்தை இயேசு வெளிப்படுத்திய பின், சிலர் அவரை விட்டு விலகிச் சென்றனர். அவர்கள் அவரை விசுவாசிக்கவில்லை. நாம் இயேசுவிடம் வர முடிவு செய்கிறபோது, அவரை பின்பற்றுகிறோமா என்பதைத் தீர்மானிக்க வேண்டும். இயேசுவின் உண்மையான சீஷர்கள் அவரிடம் வந்து, அவரைத் தங்களது ஆண்டவரும் இரட்சகருமாக ஏற்றுக்கொண்டு, நித்தியத்தை நிறைவு செய்யும் ஜீவ அப்பத்தில் திருப்தி அடைந்தனர். இதுவே இரட்சிப்பு.

இரட்சிப்பு

இரட்சிப்பு என்பது ஆபத்திலிருந்தோ அழிவிலிருந்தோ மீட்கப்படுதல், காப்பாற்றப்படுதல், அல்லது விடுவிக்கப்படுதல் ஆகும். நம் மீட்பு, நம்மை இரட்சிப்பவரான இயேசுவுடனான உறவின் வழியாக பாய்கிறது.

இரட்சிப்பின் உறவு

கிறிஸ்தவர்கள் ஆகிய நாமெல்லாம், நம்முடைய பாவங்களைமன்னித்து, தம் உயிரை அர்ப்பணித்த இயேசு கிறிஸ்துவாலே இரட்சிக்கப்பட்டவர்கள் என்பதை ஏற்றுக்கொள்கிறோம். நாம் இன்னும் பாவிகளாக இருக்கும்போதே, அவர் நமக்கு இந்த மன்னிப்பை அளித்தார். இதுவே அவருடைய கருணை. இந்த கருணை தொடர்ச்சியாக நமக்கு அளிக்கப்படுகிறது – தேவனுடைய அருளால், அவர் நமக்கு அன்றாடம் கொடுக்கிறார். இயேசு ஒரேதரம் மரித்தின் மூலம் ஒருமுறை மரித்தாலும், தேவன் இன்னும் உலகில் உள்ள பாவத்திலும் தீமையிலும் இருந்து நம்மை காப்பாற்றுகிறார், நாமும் தொடர்ந்து அவரது இரட்சிப்பை நம் வாழ்க்கையில் அனுபவிக்கிறோம்.

நாம் தேவனுடனான உறவையோ அல்லது பாவத்துடனான உறவையோ தேர்வு செய்யலாம்.

பாவம் மன்னிக்கப்படாவிட்டால், அதின் விளைவாக, இப்போதும், நித்தியத்திலும் நாம் தேவனோடு உறவிலிருந்து பிரிக்கப்பட்டுவிடுவோம்.

ஆனால், இயேசுவின் மன்னிப்பும் தேவனுடைய ஆவியோடு நம்முடைய உறவும், நம்மை தினமும் பாவத்தின் பிடியிலிருந்து விடுவிக்கிறது.

கிறிஸ்தவர்களாக முடிவு செய்தவர்களையும் கூட, சாத்தான் இன்னும் சோதிக்கிறான், ஏனெனில் அவனுடைய இயல்பு திருடுவதும் அழிப்பதும் கொல்வதும்தான். ஆகையால், நம் தினசரி தேர்வு என்னவெனில் – நாம் தேவனோடு உறவில் வாழ்வோமா, அல்லது பாவத்தோடு உறவில் வாழ்வோமா? தேவனோடு உறவில்

வளர்வதற்காக, அவருக்குப் பிடிக்காதவற்றை விட்டு விட கற்றுக்கொள்ள வேண்டும். நமது பலவீனங்களால் நாம் செய்யும் பாவங்கள், நம்மால் அல்ல, இயேசுவால்தான் விலைக்கிரயம் செலுத்தப்பட்டுள்ளன. அவர் நமக்காகச் செலுத்தியதால், நம் கடன் அழிக்கப்பட்டது. ஆனால், ஒருவர் பாவத்தோடு உறவைத் தொடர்ந்தால், அதற்கும் விலை உண்டு – அதுவே தேவனிடமிருந்து நித்தியத்திற்கும் பிரிக்கப்பட்ட வாழ்க்கையாகும்.

பரிகார பலியைப் பற்றி என்ன கூறுவது?

அவருடைய அன்பினாலும் நம்மோடு உள்ள உறவினாலும் உந்தப்பட்ட தேவன், தனது குமாரனாகிய இயேசுவை நம் பாவத் தண்டனையை முழுமையாக ரத்து செய்யும் பரிகார பலியாக கொடுத்தார். இயேசுவின் மரணம், இறுதி பலியாக நிறைவேற்றப்பட்டது. அதனால், இனி விலங்குகள் பலியிடப்பட வேண்டியதில்லை. இயேசுவே "பலியிடப்பட்ட ஆட்டுக்குட்டி" என்று அறியப்பட்டார்.

அனைவருக்கும் அழைப்பு

ஆதாம், ஏவாள் உட்பட, தேவனோடு தினசரி நெருக்கத்தில் வாழ்ந்த முதல் மனிதர்களுக்குக் கூட, பாவத்திலிருந்து இரட்சிப்பு தேவைப்பட்டது. அவர்கள் சாத்தானின் சோதனையை ஏற்றுக்கொண்டு , பாவத்தில் விழுந்ததினால், அவர்கள் உடல் ரீதியிலும் ஆன்மீக ரீதியிலும் தேவனிடமிருந்து பிரிக்கப்பட்டார்கள். பவுல் இவ்வாறு எழுதுகிறார்:

"எல்லோரும் பாவம் செய்து, தேவனுடைய மகிமையைப் பெற்றுக் கொள்ளாமல் இருக்கிறார்கள்" (ரோமர் 3:23 தமிழ் ESV). ஆதாமும் ஏவாளும் மனிதர்களாக இருந்ததால் பாவம் செய்தார்கள் என்பது புரிந்துகொள்ளத்தக்கது, ஏனென்றால் நாம் அனைவரும் சோதனையை சந்தித்து பாவம் செய்திருக்கிறோம். இதன் விளைவாக, நாம் அனைவரும் அவமானத்தையும் குற்ற உணர்ச்சியையும் அனுபவித்திருக்கிறோம்.

ஆதாம், ஏவாள் தங்கள் பாவத்திற்கு பலியீடுகளைக் கொண்டு வர முயன்றாலும், அந்த நெருக்கமான உறவை மீட்டெடுக்க முடியவில்லை. இருப்பினும், இந்த முயற்சிகள் தேவனுக்கும் மனிதகுலத்திற்கும் இடையிலான அன்றாட உறவில் நோக்கமாகக் கொண்ட நெருக்கத்தையும், உறவையும் மீட்டெடுக்கத் தவறிவிட்டன.

ஆதாமும் ஏவாளும் ஏதேன் தோட்டத்தையும் தேவனுடனான நெருங்கிய உறவையும் விட்டு வெளியேறிய நான்காயிரம் ஆண்டுகளுக்குப் பிறகு, இந்தப் பிரிவினையை என்றென்றும் சமாளிக்க கடவுள் தம்முடைய குமாரனாகிய இயேசுவை அனுப்பினார். இயேசுவின் மரணத்தின் போது, ஆலயத்தின் திரை கிழிக்கப்பட்டது – அதுவே மனிதரை தேவனுடனான நெருக்கமான உறவிலிருந்து பிரித்த தடையை அழித்தது. இந்த அசாதாரண நிகழ்வு அனைவருக்கும்

பிரித்த தடையை அழித்தது. இந்த அசாதாரண நிகழ்வு அனைவருக்கும் தேவனின் குடும்பத்தில் சேரவும், அவருடன் நெருங்கிய உறவை மீட்டெடுக்கவும் வாய்ப்பளித்தது. இனம், பாலினம், நிதி சூழ்நிலைகள் அல்லது சமூக அந்தஸ்தைப் பொருட்படுத்தாமல் அனைவருக்கும் இந்த அழைப்பு விடுக்கப்படுகிறது. கடவுளுக்கு விருப்பமானவர்கள் யாரும் இல்லை, அவருடைய அன்பு முழுமையானது மற்றும் ஒவ்வொரு நபருக்கும் தனித்துவமானது.

பாவம், அவமானம் மற்றும் குற்ற உணர்வுகளை கையாள்வது குறித்து நிச்சயமற்ற தன்மை இருப்பது இயற்கையானது. நாம் எவ்வளவு கடினமாக முயற்சித்தாலும், நமது சிறந்த முயற்சிகள் மட்டுமே அந்த சுமைகளை உண்மையிலேயே அகற்ற முடியாது, மேலும் நன்மைக்காக பாடுபடுவது நம்மை தேவனிடம் நெருங்கி வராது. அதிர்ஷ்டவசமாக, கிறிஸ்தவம் ஒரு அற்புதமான தீர்வை வழங்குகிறது: இயேசுவின் மூலம், நாம் மன்னிக்கப்படுகிறோம், மேலும் நமது அவமானம் துடைக்கப்படுகிறது. இந்த கிருபையே தேவனுடனான நமது தொடர்பை உண்மையிலேயே மீட்டெடுக்கிறது, நாம் உணரக்கூடிய இடைவெளியைக் குறைக்கிறது.

அழைப்பை ஏற்றுக்கொள்வது எப்படி?

நமது பாவ மன்னிப்பு மூலம் தேவனிடம் நெருங்கி வருவதற்கான இந்த அழைப்பை ஏற்றுக்கொள்வது இயேசு கிறிஸ்துவை விசுவாசிப்பதன் மூலம் நிகழ்கிறது. இந்த விசுவாசம் - அவர் வாழ்ந்து, மரித்து, மீண்டும் உயிர்த்தெழுந்தார், நமது விடுதலைக்காக அவர் சிந்திய இரத்தத்தின் மூலம் பாவம், மரணம் மற்றும் நோயை வென்றார், பரிசுத்த ஆவியின் உயிர்த்தெழுதல் வல்லமையுடன் சேர்ந்து - கிறிஸ்துவில் மீண்டும் பிறக்க விரும்புவோருக்கு புதிய நம்பிக்கையையும் வாழ்க்கையையும் தருகிறது.

தனிப்பட்ட இரட்சிப்பிற்கான முடிவுகள் எப்படி செயல்படுகின்றன என்பதை படி படியாக விளக்கமாக கீழே வழங்குகிறேன். கூடுதலாக, இரட்சிப்பு ஜெபத்தை இணைத்துள்ளேன். உங்கள் சொந்த இரட்சகரும், ஆண்டவருமாக இயேசுவை இன்னமும் ஏற்றுக்கொள்ளவில்லை என்றால், கீழே உள்ள ஜெபத்தை சொல்லுமாறு அழைக்கிறேன். மேலும், இயேசு உங்களை நேசிக்கிறார் என்று மனதார நம்புமாறு கூறுகிறேன். உங்களுக்கு மன்னிப்பும் பாவம் மற்றும் தீமையை வெல்லும் ஆற்றலும் கிடைக்க வேண்டும் என்பதற்காக அவர் உங்களுக்காக வாழ்ந்து, மரித்து, உயிர்த்தெழுந்தார். ஆகவே, தேவனுடைய பிள்ளையாக உங்கள் அடையாளத்தை கண்டறியவும், இன்றும், நாளையும் மற்றும் என்றும் அவருடன் உறவைப் பராமரிக்கவும் முடியும்.

இரட்சிப்பு எவ்வாறு நிகழ்கிறது?

1. நாம் பரிசுத்த ஆவியின் வல்லைமையால் இயேசுவிடம் கிட்டிச் சேர்க்கப்படுகிறோம். ”என்னை அனுப்பியவர் அந்தப் பிதாதான். அவரே மக்களை என்னிடம் அழைத்து வருகிறவர். நான் இறுதி நாளில் அவர்களை எழுப்புவேன்”(யோவான் 6:44 தமிழில் ESV). தேவன், பரிசுத்த ஆவியைக் கொண்டு நம் உள்ளங்களைக் கிட்டிச்சேர்த்துள்ளார், இயேசுவின் வழியாக தேவனை அணுக அழைத்தபோது. அந்த பரிசுத்த ஆவியானவரால் தனிப்பட்ட முறையில் நாம் இயேசுவிடம் கிட்டிச்சேர்க்கப்படும் தருணங்கள் ஒவ்வொருவருக்கும் வித்தியாசமாகும். பரிசுத்த ஆவி நம் உள்ளங்களை நன்றாக அறிந்துள்ளதால், அவர் நமக்கு தேவனைக் குறித்து விழிப்புணர்வை அளிக்கிறார். இது நம் சூழ்நிலைகளில் இனம் காணப்பட்டப்போதோ அல்லது கனவுகள், தரிசனங்கள், மற்ற கிறிஸ்தவர்களுடனான உரையாடல்களிலோ ஏற்படலாம். சில நேரங்களில், பரிசுத்த ஆவி நம் உபத்திரவங்களில் நம்மைத் தொடர்பு கொள்கிறார். பின்வருபவை, பரிசுத்த ஆவி ஒருவரை இயேசுவிடம் கிட்டிச் சேர்க்கும் சில எடுத்துக்காட்டுகள் மட்டுமேயாகும்.
2. நாம் விசுவாசிக்கிறோம் மற்றும் இயேசுவை ஆண்டவர் என்று சொல்லுகிறோம், அவர் மரித்து, உயிரெழுந்தவர் என்பதில் நம்முள் நம்பிக்கை இருக்கிறது. ”ஏனென்றால், இயேசுவை ஆண்டவர் என்று உங்கள் வாயால் அறிக்கையிட்டு, கடவுள் அவரை மரித்தோரிலிருந்து எழுப்பினார் என்று உங்கள் இதயத்தில் நம்பினால், நீங்கள் இரட்சிக்கப்படுவீர்கள்” (ரோமர் 10:9 தமிழில் ESV). ஒரு தருணத்தில், நாம் நம் சுதந்திரமான விருப்பத்தைக் கொண்டு இயேசுவை தேர்ந்தெடுக்கவும், தேவனையும் தேர்ந்தெடுக்கவும் முடிவு செய்கிறோம். தேவனால் வழிநடத்தவும், கிறிஸ்துவின் மரணமும் உயிர்த்தெழுப்பும் மூலம் இரட்சிக்கப்படவேண்டும் என்று விரும்புகிறோம்.

3. நாம் தேவனால் பரிசுத்த ஆவியானவர் மூலம் முத்திரையிடப்பட்டுள்ளோம். இது நம் தத்தெடுத்த நிகழ்ச்சியைப் போன்றது, தேவன் நம் பிதாவாக உறவுக்கு நுழைவது, அவர் வாஸ்தலமாக நம் பிள்ளையாக இருப்பதை உறுதி செய்வதற்கான முகமாயிருக்கும். ”உங்களுடைய மீட்பராகிய நற்செய்தியின் சத்திய வார்த்தையைக் கேட்டு, அவர் மீது நம்பிக்கை வைத்தபோது, வாக்களிக்கப்பட்ட பரிசுத்த ஆவியினால் அவருக்குள் முத்திரையிடப்பட்டீர்கள் (எபேசியர் 1:13 தமிழில் ESV). தேவன் நம் நெற்றியில் எண்ணெய் ஊற்றி, பரிசுத்த ஆவியின் முத்திரை வைக்கும் அந்த நேரம் எனக்கு ஒரு புனித தருணமாக தோன்றுகிறது,

இரட்சிப்புக்கான தனிப்பட்ட ஜெபம்

தேவனே, உம்முடைய பரிசுத்த ஆவிக்காக நன்றி. அவர் என் கண்களைத் திறந்து உமது அன்பை எனக்குத் தெரியப்படுத்தினார். உமது தயவும் பொறுமையும் என்னை மனந்திரும்பச் செய்தது. என் பாவங்களுக்கு மன்னிப்பு தேவைப்படுகிறது, நான் தனியாக வாழ்ந்ததற்கும், அழிவிற்கு வழிவகுக்கும் எளிதான பாதையைத் தொடர்ந்து சென்றதற்கும் மன்னிக்கவும்.
உமது குமாரனாகிய இயேசு கிறிஸ்து, என் பாவங்களுக்காக சிலுவையில் மரித்தார், மூன்றாம் நாளில் பரிசுத்த ஆவியின் ஆற்றலால் உயிர்த்தெழுந்தார் என்பதை நான் ஏற்றுக்கொள்கிறேன். இப்போது, நான் உமது மன்னிப்பை ஏற்றுக்கொள்கிறேன், என் மனம், உடல், சிந்தனை, நினைவுகள் அனைத்திலும் உமது அன்பை வரவேற்கிறேன்.
இயேசு கிறிஸ்துவை என் ஆண்டவராகவும் இரட்சகராகவும் ஏற்றுக்கொள்கிறேன். இனி வாழ்க்கை முழுவதும் அவரைப் பின்பற்றுவேன். பிதாவாகிய தேவனே, என்னை உமது பிள்ளையாக ஏற்றுக்கொள்ளும். உமது பரிசுத்த ஆவி என்னை வழிநடத்தவும், உமது அன்பிலும் ஞானத்திலும் நடத்தவும் வேண்டுகிறேன்.

நீங்கள் இந்த ஜெபத்தை முதன்முறையாக சொல்லியிருக்கிறீர்கள் என்றால், கிறிஸ்துவின் சீடராக வாழத் தேர்ந்தெடுத்து உறுதி செய்துள்ள மற்றொருவரிடம் இதைப் பகிர்ந்து சொல்லுமாறு உங்களை உற்சாகப்படுத்துகிறேன். இந்தப் தேதி உங்களுக்கு என்றும் கொண்டாடும் நாளாக இருப்பதால், அதை எழுதி வைத்து கொள்ளுங்கள்.

அதிகாரம் 2

என்னைப் பின்பற்றுங்கள்

நானே உலகத்தின் ஒளி

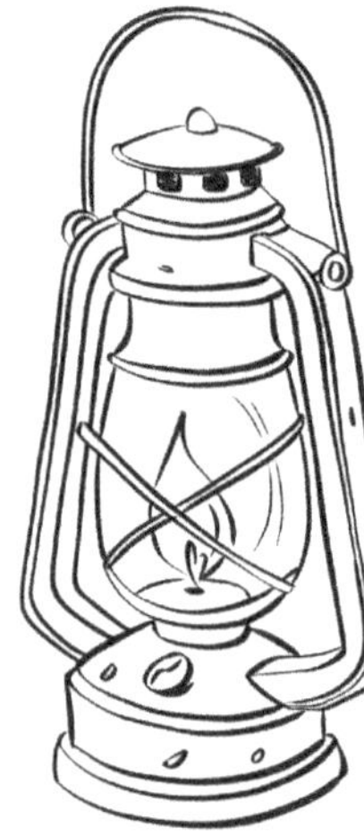

பலரும் இருளைக் கண்டு அதற்குள் என்ன இருக்கிறதோ என்ற பயத்தினால் அஞ்சுகிறார்கள். கண்ணுக்குத் தெரியாதது எப்போதும் அச்சமாகத் தோன்றும். மூடிய கதவின் அடியில் இருந்து வரும் சிறிய ஒளிக் கீற்றோ, நிலவொளியின் மெல்லிய கதிரோ கூட, இருளை உடைத்து எவ்வளவு நம்பிக்கை அளிக்கிறது என்பதை நீங்கள் அனுபவித்திருப்பீர்கள். மின்சாரம் தடைப்பட்டதும் நாம் முதலில் ஒளியையேத் தேடுகிறோம்.

இயேசு தம்மை "உலகத்தின் ஒளி" என்று இரண்டு முறை குறிப்பிடுகிறார் (யோவான் 8:12, 9:5). அவருடைய ஒளி இருளில் மறைந்திருப்பவற்றை வெளிப்படுத்தி, உண்மையை தெளிவாக வெளிச்சமிடும் ஒளியாகும். அவர் சொன்ன பின்பு, தமது ஒளியின் ஆற்றலை வெளிப்படுத்த, பிறந்ததிலிருந்து குருடனாக இருந்த ஒருவனின் கண்களைத் திறந்து குணமாக்கினார் (யோவான் 9:1–7). பல ஆண்டுகளாக மக்கள் தினமும் பார்த்தும் கவனிக்காத அந்த மனிதனுக்கு, இயேசு ஒளியை அளித்து, அவனுடைய இருளில் தானே ஒளியின் ஆதாரம் என்பதை வெளிப்படுத்தினார்.

இயேசுவின் செய்திகள் வெளிப்படுத்தின. அவர் நமது உடல் குருட்டுத்தன்மைக்கு ஒளியாக மட்டுமல்லாமல், ஆன்மீக இருளுக்கு எதிரான ஒரு கலங்கரை விளக்கமாகவும் இருந்தார். இன்னும் விரிவாகச் சொன்னால், சிறையிருப்பின் மறைக்கப்பட்ட பகுதிகள் மற்றும் உலகின் இருள் உட்பட, நமது தனிப்பட்ட இருளில் ஒளியின் மூலமாக அவர் தன்னை நிரூபித்தார். மறைக்கப்பட்ட பொய்கள், சந்தேகங்கள், குழப்பங்கள் மற்றும் தவறான கருத்துக்களை வெளிப்படுத்துவதன் மூலம், மனிதகுலத்தை உண்மைக்காகத் தொலைத்துவிடும்படி விட்டுச்செல்கிறது.

ஆனால், இந்த ஒளியைப் பெற, அவர் தம்மைப் பின்பற்றுதல் எனும் ஒரே விஷயத்தை எதிர்பார்க்கிறார் தம்மைப் பின்பற்றுகிறவர்களுக்கு, அவர் வாக்குறுதி அளிக்கிறார்: ”இயேசு மீண்டும் அவர்களிடத்தில் பேசினார்: ’நானே உலகத்துக்கு ஒளி. என்னைப் பின்பற்றுகிறவன் இருளிலே நடக்கமாட்டான், ஜீவனுடைய ஒளியைப் பெறுவான்’”. (யோவான் 8:12 தமிழ் ESV). இயேசுவின் ஒளி இல்லாமல், நாம் ஒவ்வொருவரும் வீழ்ந்துபோனவர்களாக சவால்கள் மற்றும் நிச்சயமற்ற காலங்களை எதிர்கொண்டிருப்போம். தாவீது இவ்வாறு கூறுகிறான் : “மரணத்தின் நிழலின் பள்ளத்தாக்கிலே நடந்தாலும், நான் எந்தத் தீமைக்கும் அஞ்சமாட்டேன், ஏனெனில், நீர் என்னுடனே இருக்கிறீர், உமது கோலும் உமது கோலும் என்னை ஆறுதல்படுத்துகின்றன”(சங்கீதம் 23:4 தமிழ் ESV). இயேசுவின் ஒளி நம்மை இருளிலிருந்து சுதந்திரத்திற்கு நடத்துகிறது.

மேலும், அவர் தமது சீஷர்களை நோக்கி, நீங்களும் உலகத்தின் ஒளி என்று கூறுகிறார். அவர் தரும் ஒளி நம்முள் ஒளிர்ந்து, தேவனுடைய மகிமையை வெளிப்படுத்துகிறது.

”நீங்கள் உலகிற்கு ஒளி, மலையின் மீதுள்ள நகரம் மறைக்கப்பட முடியாது. ஒருவரும் விளக்கை ஏற்றி, மரக்கால் அல்லது கூடைக்கு அடியில் வைப்பதில்லை, அதை மரக்காலில் வைப்பார்கள், அப்பொழுது அது வீட்டிலுள்ள யாவருக்கும் ஒளி கொடுக்கும். அதுபோல, உங்கள் ஒளி மனிதர்களுக்கு முன்பாக பிரகாசிக்கட்டும், அப்போது அவர்கள் உங்கள் நல்ல கிரியைகளைக் கண்டு, பரலோகத்திலிருக்கிற உங்கள் பிதாவை மகிமைப்படுத்துவார்கள்”. (மத்தேயு 5:14–16 தமிழ் ESV). இவ்வாறு, கிறிஸ்துவின் திருச்சபை, அவரின் ஒளியை வீட்டிலும், நகரங்களிலும், தேசங்களிலும், உலகம் முழுவதும் பிரகாசிக்கச் செய்கிறது.

நாம் இயேசுவின் ஒளியை நோக்கி ஈர்க்கப்பட்டு, அது நம் வழியாக ஒளிர அனுமதிக்கும்போது, நம் வாழ்வில் பாவத்தை ஒப்புக்கொள்வது முக்கியம். இயேசுவிடமிருந்து நாம் பெறும் கிருபையின் காரணமாக, நாம் சரணடையவும், விலகிச் செல்லவும் வேண்டிய பாவங்களைப்

பற்றி கடவுளிடம் நேர்மையாக இருக்க முடியும். அவருடைய பதில் நம்மை அவமானப்படுத்துவதல்ல, மாறாக இருளின் எந்தப் பகுதிகளிலிருந்தும் நம்மை வெளியே கொண்டு வந்து அவருடைய ஒளியில் சுதந்திரமாக வாழ அனுமதிப்பதாகும்.

மனந்திரும்புதலின் வல்லமை

இயேசுவின் முதல் போதனையின் கருப்பொருள் என்னவாக இருந்தது என்று நீங்கள் நினைக்கிறீர்கள்? அது மனந்திரும்புதலின் அவசியம் தான்!

"அப்பொழுதே இயேசு பிரசங்கிக்கத் தொடங்கினார், "பரலோக ராஜ்யம் சமீபித்திருக்கிறது, ஆகையால் மனந்திரும்புங்கள்" (மத்தேயு 4:17 தமிழ் ESV). இது அவர் முதலில் தமது சீஷர்களுக்குக் கற்றுக் கொடுத்த செய்தி, ஆகையால் இது நம் முழு கவனத்தையும் பெற வேண்டும். சாத்தானுக்கு எதிர்த்து, பாவத்திலிருந்து விலகி வாழ்வதே, இயேசுவில் நாம் காணும் சுதந்திரத்தை அனுபவிக்கும் வழி. தேவனுக்கான அச்சத்திலும் மரியாதையிலும் வாழ்வதே, ஞானம் நம்முள் பாய்வதற்கான அடித்தளம் ஆகும்.

நான் ஒருமுறை என் காரில் எரிபொருள் நிரப்பும்போது, ஒரு மனிதன் தனது காரை ஓட்டி வந்து, ஒரு இளம் பெண்ணின் காரை மோதினான். தவறு அவனுடையதுதான், ஆனால் அவன் அந்தப் பெண்ணிடம் தகவல் கொடுக்காமல், கோபமாக சண்டையிட்டான். அந்தப் பெண் அதிர்ச்சியடைந்து மவுனமாக இருந்தாள். நான் அருகே சென்றபோது, அந்த மனிதனிடம்: "விபத்துக்குப் பிறகும் இவள் தனது தந்தை கற்றுக்கொடுத்த சரியான நடைமுறையை செய்கிறாள்" என்றேன். உடனே அந்த மனிதன் கண்கலங்கினான். அவன் மன்னிப்பு கேட்டான், கார் அவனுடையது அல்ல, தன் நண்பனிடமிருந்து கடன் வாங்கியதாகச் சொன்னான். அவனது தாழ்மையான மனப்பான்மை, அந்தப் பெண்ணுக்கும் நிலைமையை சரியாகச் சமாளிக்க உதவியது.

அதேபோல், நம்முடைய தவறுகள் மற்றும் வருத்தங்களைப் பற்றி நாம் மனத்தாழ்மையுடன் தேவனை அணுக வேண்டும். நாம் அவரை விட்டு விலகும்போது அல்லது அவருடைய மக்களுக்கு தீங்கு செய்யும்போது மனந்திரும்ப வேண்டும் என்று தேவன் விரும்புகிறார். மனந்திரும்பிய இருதயத்துடன் தேவனை அணுகும் நடைமுறை நமது ஜெப வாழ்க்கைக்கு மிகவும் முக்கியமானது. ஜெபத்தின் போது நாம் அறிக்கையிடுவதுதான் தேவனிடம் மனத்தாழ்மையின் தோரணையை உருவாக்குகிறது. பவுல் இதை இவ்வாறு விவரிக்கிறார்:"ஆகையால் மனந்திரும்பி, பின்வாங்குங்கள், உங்கள் பாவங்கள் அழிக்கப்படும்.

கர்த்தருடைய சந்நிதியிலிருந்து புத்துணர்ச்சியூட்டும் காலங்கள் வரும்" (அப்போஸ்தலர் 3:19 தமிழ் ESV). தேவனிடம் மன்னிப்பு கேட்கவும், நம் தவறுகளுக்கு வருத்தம் தெரிவிக்கவும் நம்மைத் தாழ்த்திக் கொள்ளும் ஆன்மீகச் செயல், கடவுள் நம் இதயங்களையும் உடல்களையும் புத்துணர்ச்சியடையவும் புதுப்பிக்கவும் ஒரு ஆன்மீக மற்றும் உடல் ரீதியான வழியைத் திறக்கிறது. இது ஒரு உண்மையான உறவில் வாழ உதவுகிறது, நம் போராட்டங்களில் உதவ அவரை அழைக்கிறது மற்றும் நமது பலவீனங்களுக்கு அவரது பலத்தைத் தேடுகிறது.

மனந்திரும்புதலின் ஜெபம்

கர்த்தாவே, என் இருதயத்தை உண்மையோடு உம்முன் திறக்கிறேன். நான் செய்த பாவங்களையும் பிழைகளையும்–மற்றவர்களையும் என்னையும் காயப்படுத்திய செயல்களையும் சொற்களையும்–உமது இரத்தத்தால் கழுவுமாறு வேண்டுகிறேன். கர்த்தாவே, இப்போதும் என் மனதிலிருந்து அவற்றை உம்மிடத்தில் பகிர்ந்து கொள்கிறேன்.
கர்த்தாவே, இப்போது இவைகளை உம்மிடத்தில் ஒப்படைக்கிறேன். இனி ஒருபோதும் எடுத்துக்கொள்ளாதப்படிக்கு இவற்றை சிலுவையின் அடிப்பகுதியில் வைத்து விடுகிறேன். இயேசுவின் இரத்தம் என்னைச் சுத்திகரிக்கிறது என்பதை நம்புகிறேன். அவர் என்னுக்காக பாடுபட்டார், என் பாவங்களை அறிக்கையிட்டதின்தின் அடிப்படையில், அவர் தம் உயிரை அர்ப்பணித்து வழங்கிய மன்னிப்பையும், கிருபையையும், சுதந்திரத்தையும் ஏற்றுக்கொள்கிறேன். என் பரலோகப் பிதாவே, உம்மிடமிருந்து வரும் அந்த நிபந்தனையற்ற கிருபையைப் பெறுகிறேன். கிழக்கிற்கும் மேற்கிற்கும் உள்ள தூரமாய், என் பாவங்களை நீக்கிவிட்டீர், இனி அவற்றை நினைவுகூருவதில்லை. நித்திய ஜீவனின் வரத்தை எனக்குக் கொடுத்ததற்காக நன்றி. நான் தினமும் அதை அனுபவிக்கிறேன். நன்றி, பிதாவே, நன்றி, இயேசுவே. பரிசுத்த ஆவியானவரே , என்னை எல்லா சத்தியத்திலும் நீதியிலும் நடத்தும். உமது பரிசுத்தத்திலே என்னை வழிநடத்தும், நான் தீமையை விட்டு விலகவும், உமது வார்த்தைக்குச் கீழ்ப்படிந்து நீதியிலே நடக்கவும் உமது கிருபை எனக்கு தேவைப்படுகிறது.

அதிகாரம் 3

என் மூலமாய்

நானே ஆடுகளுக்கு வாசல்

வேதாகமத்தில் பல பெரும் யூத முற்பிதாக்கள் அல்லது தீர்க்கதரிசிகள் ஒருகாலத்தில் மேய்ப்பராக இருந்தது ஆச்சரியமாகும். அவர்களில் ஆபிரகாம், ஈசாக், யாக்கோபு, யோசேப்பு, தாவீது, ஆமோஸ் ஆகியோர் அடங்குவர். அவர்கள் தங்களுடைய ஆடுகளை உடல்ரீதியாகப் பராமரித்தபோதும், தேவன் அவர்களைத் தமது ஜனங்களை வழிநடத்தும் தலைவர்களாகவும் பயன்படுத்தினார்.

பல தலைமுறைகளுக்குப் பிறகு, இயேசு ஊழியத்தில் இருந்தபோது, அக்காலத்தின் மதத் தலைவர்களாக இருந்த பரிசேயருடன் அவர் முக்கியமான உரையாடலை நடத்தினார். அவர்கள், இயேசுவால் குணமடைந்த குருடனுடன் கொடுமையாக நடந்துகொண்டிருந்தார்கள். அந்த சூழ்நிலையில், இயேசு ஆடுகளையும் மேய்ப்பரையும் பற்றிய எடுத்துக்காட்டைப் பயன்படுத்தி, அவர்களுடைய கொடுமையான மனதை, தம் மக்களை அன்போடும் கருணையோடும் தேவனிடத்தில் வழிநடத்தும் தமது தலைமைப் பணியோடு ஒப்பிட்டு விளக்கினார்.

அந்த உரையாடலில் அவர் சிறப்பாக “வாசல்” என்ற படிமத்தை எடுத்துக் காட்டினார் (சில மொழிபெயர்ப்புகளில் “கதவு” அல்லது “வாயில்” என்றும் வருகிறது). அந்த வாசல் தான் ஆடுகள் நுழைந்து இரட்சிப்பையும் சுதந்திரத்தையும் காணும் இடமாக இருப்பதை அவர் கூறினார். இந்த வாசல் என்ற குறியீடு, மக்கள் தேவனை அடைய நுழைய வேண்டிய ஒரே வழி இயேசுவே என்பதையும், அவர்மூலம் மட்டுமே இரட்சிப்பு கிடைக்கும் என்பதையும் தெளிவாக வெளிப்படுத்தியது.

"அப்பொழுது இயேசு அவர்களுக்குச் சொன்னார்: மெய்யாகவே, மெய்யாகவே நான் உங்களுக்குச் சொல்லுகிறேன், ஆடுகளுக்கு வாசலாக நானே இருக்கிறேன். என்னைக்கு முன்பாக வந்தவர்களெல்லாம் திருடனும் கள்ளனுமாக இருக்கிறார்கள்; ஆடுகளோ அவர்களுக்குச் செவிகொடுக்கவில்லை. நானே வாசல்; என்னைக்குள்ளாக யாராவது பிரவேசித்தால், அவன் இரட்சிக்கப்படுவான்; உள்ளேயும் வெளியேயும் நடப்பான், அசைபோடுவான். திருடன் திருடவும் கொல்லவும் அழிக்கவும் வருகிறானேயல்லாமல் வேறொன்றுக்கும் வரான்; நானோ அவைகளுக்கு ஜீவன் உண்டாயிருக்கவும் அது பரிபூரணப்படவும் வந்தேன்" (யோவான் 10:7-10 தமிழ் ESV).

வாசலைத் தவிர்த்து செல்லும் ஆன்மீகத் தலைவர்கள் ஆபத்தானவர்கள் என்று இயேசு எச்சரித்தார். வாசலாகிய இயேசுவினாலேயே நாம் பாதுகாப்பான மேய்ச்சலைக் காணவும் இரட்சிக்கப்படவும் முடியும். அவர் பின்வருமாறு வெளிப்படுத்தினார்: பரிசேயர்கள் மற்றும் அவர்களைப் போன்ற பலர், உண்மையான மேய்ப்பர்கள் அல்ல, அவர்கள் ஆடுகளுக்குத் தீங்கிழைக்க நினைப்பவர்கள். அவர்கள் குணமாகிய குருடனை கொடுமையாக நடத்தினது போலவே, மக்களை அடிமைப்படுத்த நினைப்பவர்களாக இருந்தனர். வேலியைத் தாண்டிச் செல்லும் அவர்களின் செயல், இயேசுவினாலே மட்டுமே கிடைக்கும் உண்மையான சுதந்திரத்தை புறக்கணிப்பதாகும். இயேசு கூறினார்: ”அதற்கு இயேசு, “நானே வழி, நானே உண்மை, நானே வாழ்வு. என் மூலமாகத்தான் என் பிதாவிடம் போக முடியும்” (யோவான் 14:6 தமிழ் ESV).

இன்றைய கிறிஸ்தவர்களான நாமும், தேவனை அடைவதற்காக இயேசுவாகிய வாசல் வழியே நடக்க தேர்வு செய்கிறோம். அவர் மூலம், நாம் இரட்சகராகிய தேவனை அறிந்து, சுதந்திரமான, பசுமையான மேய்ச்சலில் மகிழ்வோடு வாழ அழைக்கப்படுகிறோம்.

நமது விசுவாசத்தின் பொதுவான அறிவிப்பும், இயேசுவாகிய வாசல் வழியே தேவனை அடைவதற்கான நமது தேர்வும், திருமுழுக்கு (ஞானஸ்நானம்) சாட்சியின் மூலம் வெளிப்படையாக அறிவிக்கப்படுகிறது.

திருமுழுக்கு

புதிய ஏற்பாட்டில் திருமுழுக்கின் முதல் எடுத்துக்காட்டு இயேசுவின் உறவினரான சிலுவானான யோவான் ஸ்நானகன் மூலம் வருகிறது. அவன் மனந்திரும்புதலின் வல்லமையான செய்தியை அறிவித்தான். . யோவான் தான் போதித்த மக்களை, வரப்போகிற மேசியாவுக்காக தங்கள் இருதயங்களைத் தயார் செய்யுமாறு ஊக்குவித்தான். யோர்தான் ஆற்றில் நடைபெற்ற அந்த மனந்திரும்புதலின் திருமுழுக்கு, பாவங்களை அறிக்கையிடுவதற்கும், சுத்திகரிப்பு தேவை என்பதை ஏற்றுக்கொள்வதற்கும், மேசியாவை (இயேசுவில்) ஏற்கத் தயாராக இருப்பதற்கும் ஒரு வாய்ப்பை வழங்கியது.

இயேசு தமது பொது ஊழியத்தைத் தொடங்குவதற்கு முன், யோர்தான் ஆற்றில் யோவானால் திருமுழுக்கு பெற்றார் இயேசுவின் திருமுழுக்கு பின் வரும் முக்கிய விஷயங்களை வெளிப்படுத்தியது: பிதாவுக்கு கீழ்ப்படிதல், இயேசுவைத் தமது குமாரராக பிதாவின் பொது அங்கீகாரம்பரிசுத்த ஆவியைப் பெறுதல். இவையே, இயேசுவின் பொது ஊழியத்தை ஆரம்பிக்க முக்கிய நிகழ்வுகளாக இருந்தன.

இயேசுவின் மரணம் மற்றும் உயிர்த்தெழுதலுக்குப் பிறகும் திருமுழுக்கு தொடர்ந்தது. அப்போஸ்தலனான பிலிப்பு பரிசுத்த ஆவியின் ஆற்றலால் போதித்ததின் விளைவாக பலர் திருமுழுக்கு பெற்றனர். முன்னர் யூதர்களால் ஒதுக்கப்பட்ட சமாரியர்களும் இந்த அழைப்பில் பங்குபெற்றனர். இது அக்கால சமூக, பாரம்பரியத்திற்கு முற்றிலும் புதிய புரட்சியாக இருந்தது. ”அவர்கள் பிலிப்பின் நற்செய்தியைக் கேட்டபோது, அவர்கள் பிலிப்பின் நற்செய்தியைக் கேட்டபோது, தேவனுடைய ராஜ்யத்தைப் பற்றியும், இயேசு கிறிஸ்துவின் நாமத்தைப் பற்றியும் பிலிப்பு போதித்ததை விசுவாசித்தார்கள், ஆண்களும் பெண்களும் ஞானஸ்நானம் பெற்றார்கள்” (அப்போஸ்தலர் 8:12 தமிழ் ESV). இவ்வாறு, கிறிஸ்துவின் மரணத்திலும் உயிர்த்தெழுதலிலும் பங்கு பெறுவது, அவரில் நம்முடைய விசுவாசத்தைப் பொதுவாக அறிவிக்கும் முக்கிய வழியாக அமைந்தது.

இன்று, சமாரியர்களுக்கு அளிக்கப்பட்ட அந்த அழைப்பு நம்மிடமும் விரிகிறது. திருமுழுக்கு என்பது கிறிஸ்துவுக்குள் நம்முடைய ஆழ்ந்த ஐக்கியத்தைக் குறிக்கிறது. அது, நம் பழைய பாவ வழிகளுக்கான மரணத்தையும், கிறிஸ்துவோடு புதிதாய் பிறப்பதையும் சுட்டிக்காட்டுகிறது. நீரின் கீழ் இறங்கும்போது, கிறிஸ்துவின் மரணத்தில் பங்குகொள்கிறோம். அவர் மரித்துப் பின் உயிர்த்தெழுந்ததுபோல, நாமும் நீரிலிருந்து மேலே வரும்போது, புதிய ஜீவனுக்கு எழுப்பப்படுகிறோம். வேதாகமத்தில் உள்ள திருமுழுக்கு எடுத்துக்காட்டு, கிறிஸ்துவில் நம் விசுவாசத்தையும், அவர் மரணம் மற்றும் உயிர்த்தெழுதலோடு நம் ஐக்கியத்தையும், பொதுவாக அறிவிக்கும் சின்னமாகவும் சாட்சியாகவும் விளங்குகிறது.

அதிகாரம் 4

எனக்கு செவிக்கொடுங்கள்

நானே நல்ல மேய்ப்பன்

ஒரு மேய்ப்பனின் பணி, தனது ஆடுகளை அழைத்து வழிநடத்துவதும், ஆபத்திலிருந்து காப்பதும், இரட்சிப்பதுமாகும். பழைய ஏற்பாட்டில், தாவீது தனது மந்தையைக் காப்பாற்ற, கரடியையும் சிங்கத்தையும் எதிர்த்து போராடியதை வாசிக்கிறோம். தனது ஆடுகளுக்காகத் தன் உயிரையே ஆபத்துக்குள் வைத்தான். இது ஒரு மேய்ப்பனின் பாதுகாப்பு இயல்பை வெளிப்படுத்தியது.

ஆறாயிரம் ஆண்டுகளுக்குப் பின், இயேசு தமது ஆடுகளாகிய நமக்காகத் தம் உயிரைத் தியாகம் செய்யத் தயங்கவில்லை. இதன் மூலம், அவர் தேவனுக்கு கொண்டிருந்த முழுமையான கீழ்ப்படிதலையும், நம்மிடத்தில் கொண்டிருந்த ஆழ்ந்த அன்பையும் வெளிப்படுத்தினார்.

நல்ல மேய்ப்பனாகிய நானே. நல்ல மேய்ப்பன் ஆடுகளுக்காகத் தன் ஜீவனைச் செலுத்துகிறான். மேய்ப்பன் அல்லாத, ஆடுகளுக்குச் சொந்தமில்லாத கூலி ஆள், ஓநாய் வருவதைக் கண்டு ஆடுகளை விட்டு ஓடிப்போகிறான்; ஓநாய் ஆடுகளைப் பிடித்து சிதறடிக்கும். அவன் ஓடிப்போகிறான், ஏனெனில் அவன் கூலி ஆள், ஆடுகளைப் பற்றிக் கவலைப்படுவதில்லை. நான் நல்ல மேய்ப்பன்; என் ஆடுகளை நான் அறிந்திருக்கிறேன், என் ஆடுகளும் என்னை அறிந்திருக்கின்றன. பிதாவானவர் என்னை அறிந்திருப்பது போல, நானும் பிதாவானவரை அறிந்திருக்கிறேன்; நான் என் ஜீவனை ஆடுகளுக்காகத் தியாகம் செய்கிறேன். மேலும், இந்தத் தொழுவத்தைச் சேராத வேறே ஆடுகளும் எனக்கு உண்டு; அவைகளையும் நான் கொண்டுவரவேண்டும்; அவைகளும் என் சத்தத்தைக் கேட்கும்; அப்பொழுது ஒரே மந்தையாக, ஒரே மேய்ப்பனாக இருக்கும். நான் ஜீவனைத் தியாகம் செய்கிறேன், அதைத் திரும்பப் பெற்றுக்கொள்ளும்படிக்கு, தியாகம் செய்கிறேன்; இதற்காக என் பிதா என்னில் அன்பாயிருக்கிறார். என்னை விட்டு எவனும் அதை எடுத்துக்கொள்ளமாட்டான்; நானாகவே அதைத் தியாகம் செய்கிறேன்; அதைத் தியாகம் செய்யவும் எனக்கு அதிகாரம் உண்டு; அதைத் திரும்பப் பெற்றுக்கொள்ளவும் எனக்கு அதிகாரம் உண்டு. என் பிதா எனக்குக் கொடுத்த இந்த கட்டளையின்படி இதைச் செய்கிறேன்". (யோவான் 10:11-18, தமிழ் ESV).

இங்கே, இயேசு யூதர்களாக பிறக்காதவர்களையும் தம் ஆடுகளாக சேர்த்துக் கொள்ளப்போவதாகக் கூறுகிறார். உண்மையில், அவருடைய சத்தத்தைக் கேட்கும் யார் வேண்டுமானாலும் அவரை பின்பற்றலாம். இந்த அழைப்பு, தம் ஆடுகளுக்காகத் தம் உயிரை இடும் மேய்ப்பனின் குரலைக் கேட்கத் தயாரான அனைவருக்கும் திறந்திருக்கிறது.

நான் வாழும் ஆஸ்திரேலியா, ஆடுகளுக்காகப் பிரபலமான ஒரு நாடு. மேய்ப்பர்கள் தங்கள் ஆடுகளுக்கு அளிக்கும் தனித்துவமான சத்தங்களைப் பற்றி அறிந்துகொள்வதில் எனக்கு மகிழ்ச்சி. ஒவ்வொரு சத்தமும் அப்படியே தனித்துவமுடையது, அதனால் ஆடுகள் தயங்காமல் பின்பற்றுகின்றன. அதுபோல, இயேசுவைப் பின்பற்றும் நாமும், வேதாகமத்தை வாசிக்கும் போது அவருடைய சத்தத்தைக் கேட்டு பழக வேண்டும். அவருடைய வார்த்தைகள் நம்மை வழிநடத்துகின்றன, காக்கின்றன, தேவனிடத்தில் நடத்துகின்றன.

இயேசுவின் கட்டளைகளுக்குக் கீழ்ப்படிதலே அவர் நம்மை ஆபத்திலிருந்து காக்கும் வழிகளில் ஒன்றாக இருக்கிறது. அவர் நம்மை தீமையிலிருந்தும் சோதனையிலிருந்தும் காக்க விரும்புகிறார். இதுவே கர்த்தருக்குப் பயப்படும் பயம் என அழைக்கப்படுகிறது. இது வெளிப்படையான அச்சமாக இல்லாமல், அவருடைய அதிகாரத்துக்கு நாம் கீழ்ப்படிந்து வாழ்வதைக் குறிக்கிறது. அவர் ஆடுகளுக்காகத் தன் உயிரைக் கொடுக்கத் தயங்காதது போல, நாமும் கிறிஸ்துவோடு வாழ, நமது வாழ்க்கையை அவர் சமுகத்தில் வைக்கத் தயாராக இருக்க வேண்டும்.

கர்த்தருக்குப் பயப்படுதல்

“கர்த்தருக்குப் பயப்படுதல்” என்ற வார்த்தையைச் சொன்னால், அது கிறிஸ்தவர்களுக்கு எப்போதும் சிந்தனைத் தூண்டுகிறது. “தேவன் அன்பானவர்” என்று கற்பிக்கும்போது, எப்படி நாம் “கர்த்தருக்குப் பயம்” கொள்ள வேண்டும் என்று கேள்வி எழுகிறது.

வேதாகமம் நான்கு விதமான பயங்களைச் சுட்டிக்காட்டுகிறது:

1. நடைமுறைப் பயம் - அடுப்பில் கையை வைக்காமல், பாறையின் விளிம்பில் இருந்து விழாமல் தடுக்கிறது.
2. சித்ரவதை செய்யும் / துஷ்ட ஆவிக்குரிய பயம் - நம்மைத் துன்புறுத்த சாத்தான் உண்டாக்கும் பயம்.
3. மனிதப் பயம் - மற்றவர்கள் என்ன நினைப்பார்கள் என்ற அச்சத்தில் நம்மைச் சிறைபிடிக்கிறது.
4. கர்த்தருக்குப் பயப்படுகிற பயம் - இது எதிர்மறையானது அல்ல, மாறாக, தேவனுடைய பரிசுத்த ஆவியிலிருந்து வரும் நிறைவை நம்மை அடையச் செய்கிறது.

அவருடைய வார்த்தைக்குக் கீழ்ப்படிதல் நம் வாழ்க்கையில் மிகுந்த ஆசீர்வாதங்களைத் தருகிறது. நாம் தேவனைப் பார்த்து பயப்பட வேண்டும் என்று அவர் விரும்புவதில்லை, ஆனால் அவர் எல்லாவற்றுக்கும் மேலானவர் என்ற மரியாதையோடும் அச்சமோடும் வாழ நம்மை அழைக்கிறார். அதுவே, நாம் புனிதமானவற்றைச் செய்யவும் சொல்லவும் விரும்பி, பாவத்தை வெறுக்கவும் வழிசெய்கிறது. எல்லாரையும் விட தேவனை உயர்த்திப் பாராட்டுவதே கர்த்தருக்குப் பயப்படும் உண்மையான பயம். தேவனை அன்போடு நேசிப்பது நம்மை சட்டத்தால் அடிமைப்படுத்தப்படாமல் காக்கிறது, தேவனுடன் அச்சமோடு மரியாதையோடு நடப்பது நம்மை சட்டமில்லாத சீரழிவிலிருந்தும் காக்கிறது.

கர்த்தருக்குப் பயப்படுவதினால் வரும் ஆசீர்வாதங்கள்

- **ஜீவன்** - ”கர்த்தருக்குப் பயந்து நடப்பது ஜீவனுக்கு ஏதுவானது, ஆகவே ஒருவர் திருப்தியாயிருப்பார், அவர் தீங்குக்குத் தப்பவேண்டதில்லை” (நீதிமொழிகள் 19:23, தமிழ் ESV).
- **அறிவு** - ”கர்த்தருக்குப் பயப்படுவது ஞானத்தின் ஆரம்பம், அறிவின்மை உள்ளவர்கள் ஞானத்தையும் புத்தியையும் அலட்சியம் செய்கிறார்கள்” (நீதிமொழிகள் 1:7, தமிழ் ESV).

- **ஞானம்** - "கர்த்தருக்குப் பயப்படுதலே ஞானத்தின் ஆரம்பம், பரிசுத்தரை அறிகிற அறிவே ஞானம்" (நீதிமொழிகள் 9:10, தமிழ் ESV).
- **விவேகம்** - "இன்னும் அவர் மனிதனை நோக்கிச் சொன்னார், 'இதோ, கர்த்தருக்குப் பயப்படுதலே ஞானம், தீமையிலிருந்து விலகுவதே விவேகம்'" (யோபு 28:28, தமிழ் ESV)
- **புரிதல்** - சூரியனை நாம் சிந்தித்துப் பார்ப்போம். அதன் சக்தியும் அவசியமும் நமக்கு தெரியும். அது சற்றே அருகில் இருந்தாலும் நாம் எரிந்து அழிந்துபோவோம், சற்றே தொலைவில் இருந்தாலும் நாம் உறைந்து இறந்துபோவோம். ஆனால், அதின் அழகையும் சூடான வெப்பத்தையும் நாம் அனுபவிக்க விரும்புகிறோம்.

அதேபோல, தேவனுடைய அளவற்ற ஆற்றலை நாம் உணருகிறோம். இந்த உணர்வின் அடிப்படையில், அவருடைய நன்மை மற்றும் நெருக்கத்தில் நாமும் மகிழ்ந்து வாழ விரும்புகிறோம். கர்த்தருக்குப் பயந்து வாழ்வது, நம் வாழ்க்கையில் பாதுகாப்பையும் நிம்மதியையும் தருகிறது. அது தேவனுடைய ஞானத்திலும் அறிவிலும் விவேகத்திலும் செயல்பட நமக்கு தேவையான அறிவைப் பரிசளிக்கிறது. ஜெப வாழ்க்கையில் நடக்கும் நம்மைபோன்றவர்களுக்கு, அறிவும் ஞானமும் விவேகமும் மிகவும் அவசியம். அவற்றால்தான் நம்முடைய ஜெபங்கள் தேவனுடைய இருதயத்தோடும், நம்மைச் சூழ்ந்துள்ள உண்மையான தேவைகளோடும் பொருந்தும்.

அதிகாரம் 5

என்னை விசுவாசியுங்கள

நானே உயிர்த்தெழுதலும் ஜீவனுமாயிருக்கிறேன்

இயேசு இதுவரை, செய்த அற்புதங்களிலேயே எனக்கு மிகவும் பிடித்த அற்புதம், அவர் தமது மரித்த நண்பர் லாசருவுக்காக ஜெபித்தது ஆகும். இயேசு இதை அணுகிய விதம் அன்பும் இரக்கமும் நிறைந்தது, இது என் இருதயத்தை ஆழமாகப் பற்றிக் கொண்டது.

இயேசு லாசரு மீதான தமது அன்பை மறைக்கவில்லை, உண்மையில், அவரது அன்பு மற்றவர்களுக்குத் தெளிவாக இருந்தது. லாசரு உயிருடன் இருந்தபோது, லாசருவின் சகோதரிகளில் ஒருவரான மார்த்தாள் இயேசுவிடம் வந்து, 'ஆண்டவரே, நீர் நேசிப்பவர் நோயுற்றிருக்கிறார்' (யோவான் 11:3 ESV) என்றாள். இது அவர் நம் ஒவ்வொருவருடனும் பகிர்ந்து கொள்ளும் அன்பு - நாம் பெற வேண்டிய வெளிப்படையான அன்பு.

இயேசு லாசருவை நேசித்தாலும், அவர் அவனிடம் செல்ல காத்திருந்தார், உயிர்த்தெழுதலையும் ஜீவனையும் கொண்டுவருபவர் என்ற அவரது வல்லமையை மக்கள் நம்புவதற்கு உதவ வரவிருக்கும் அற்புதத்தை அனுமதித்தார். லாசரு இறந்துவிட்டான் என்று அறிவிக்கப்பட்ட பிறகு, 'இயேசு அவர்களிடம் வெளிப்படையாக, "லாசரு இறந்துவிட்டான், உங்களுக்காக நான் அங்கு இல்லை, அதனால் நீங்கள் நம்பலாம். ஆனால் நாம் அவனிடம் செல்வோம்" என்று கூறினார். (யோவான் 11:14-15 ESV). இந்த வார்த்தைகள் எதிரெதிர் வார்த்தைகளாகத் தோன்றலாம், அவருடைய நோக்கங்களை நாம் தவறாகப் புரிந்து கொள்ளலாம், ஆனால் அவர் என்ன செய்யப் போகிறார் என்பதைப் பற்றிய முழு அறிவோடு அவர் பேசினார் என்பதை நாம் நினைவில் கொள்ள வேண்டும். அற்புத சாட்சிகள் மீதுள்ள அன்பினால், அவர்கள் நம்புவதற்கு உதவுவதற்காக இயேசு பேசினார்.

இயேசு வந்த நேரத்தில், லாசரு கல்லறையில் இறந்து நான்கு நாட்கள் ஆகியிருந்தது! இவ்வளவு காலம் எடுத்துக்கொண்டதற்காக மார்த்தாள் இயேசுவிடம் கேள்வி கேட்டபோது, அவர், ”நானே உயிர்த்தெழுதலும் ஜீவனுமாயிருக்கிறேன், என்னை விசுவாசிக்கிறவன் மரித்தாலும் பிழைப்பான். ஜீவனோடிருந்து என்னை விசுவாசிக்கிற எவனும் என்றென்றைக்கும் மரிக்கான். இதை நீ விசுவாசிக்கிறாயா?” (யோவான் 11:25–26 தமிழ் ESV). அற்புதம் உண்மையில் நிகழுவதற்கு முன்பே இருந்ததைப் போலவே, அவளுடைய பதில் மிகுந்த விசுவாசத்தைக் காட்டியது: “‘ஆம், ஆண்டவரே,” அவள் பதிலளித்தாள் ”ஆம், ஆண்டவரே, நீர் உலகத்திற்கு வரவிருந்த வல்லமையுள்ள தேவகுமாரனாகிய கிறிஸ்து என்று நம்புகிறேன்” (யோவான் 11:27 தமிழ் ESV). மரணத்தைத் தோற்கடிக்கும் இயேசுவின் வல்லமை கிறிஸ்தவ நம்பிக்கைக்குள் அவசியமானது. உயிர்த்தெழுதலாகவும் ஜீவனாகவும் இயேசுவுடன், பாவமும் மரணமும் வெல்லப்பட்டு, அவருடைய மற்றும் நம்முடைய உயிர்த்தெழுதலுக்கும் நித்திய ஜீவனுக்கும் உதவுகிறது.

லாசருவின் மற்றொரு சகோதரியான மரியாள் அழுது, மனம் உடைந்து இயேசுவிடம் வந்தபோது, இயேசுவின் இருதயம் இரக்கத்தால் துடித்தது. ‘அவள் அழுவதையும், அவளுடன் வந்த யூதர்களும் அழுவதையும் இயேசு கண்டபோது, அவர் ஆவியில் மிகவும் நெகிழ்ந்து, கலங்கினார். “நீ எங்கே அவனை வைத்தாய்?” என்று கேட்டார். “ஆண்டவரே, வந்து பாரும்” என்று அவர்கள் பதிலளித்தனர். இயேசு அழுதார். அப்போது யூதர்கள், “அவர் அவரை எவ்வளவு நேசித்தார் பாருங்கள்!” என்றார்கள். (யோவான் 11:33–36 ESV). லாசருவைப் பற்றி இயேசு கவலைப்பட்டதால் அவர் கலங்கவில்லை, மாறாக, மனித துன்பத்தின் யதார்த்தத்தால் அவர் கலங்கினார். மரியாளிடம் அவரது இருதயம் பச்சாதாபம் கொண்டதால், நம்முடைய எல்லா உபத்திரவங்களிலும், இயேசு அக்கறை காட்டுகிறார், ஆனால் இந்த எல்லா பச்சாதாபத்திலும், அவர் உயிர்த்தெழுதலும் ஜீவனுமாயிருக்கிறார் என்பதை நாம் நினைவில் கொள்ள வேண்டும்.

அவர்கள் கல்லறையை அடைந்தபோது, அது மரணத்தின் கடுமையான வாசனையைக் கொண்டிருந்தது.

பின்னர் இயேசு, "நீ விசுவாசித்தால் தேவனுடைய மகிமையைக் காண்பாய் என்று நான் உனக்குச் சொல்லவில்லையா?" என்று இயேசு மார்த்தாளிடம் கேட்டார். அனைவரும் கல்லெடுத்ததும், இயேசு வானத்தைப் பார்த்து ஜெபித்துவிட்டு, பெரிய சத்தமாக, "லாசருவே, வெளியே வா" என்று அழைத்தார். இறந்தவன் வெளியே வந்தான், அவனது கைகளும் கால்களும் துணிகளால் கட்டப்பட்டிருந்தன, அவனது முகமும் துணியால் சுற்றப்பட்டிருந்தது. இயேசு மக்களிடம், "அவனைக் கட்டிப்போட்டிருக்கும் துணிகளை அகற்றிவிட்டு அவனைப் போகவிடுங்கள்" (யோவான் 11:40-44 தமிழ் ESV).

உயிர்த்தெழுதலையும் ஜீவனையும் கொண்டுவர இயேசுவின் வல்லமையில் நாம் கொண்ட நம்பிக்கை மிகவும் முக்கியத்துவம் வாய்ந்தது, அதை நிரூபிக்க அவர் அதிக பதற்றத்தை அனுமதிக்கத் தயாராக இருந்தார். நம்முடைய மிகக் கடுமையான போராட்டங்களின் போதும் கூட, இயேசுவே உயிர்த்தெழுதலும் ஜீவனும் என்று நம்ப நாம் தயாராக இருக்க வேண்டும்.

அவரது உயிர்த்தெழுதலையும் ஜீவனையும் பெறுவதில் நமது நம்பிக்கையைத் தூண்டுவதற்கான ஒரு வழி, திருவிருந்து காலத்தில் அவரது வல்லமையில் பங்கேற்பதாகும்.

திருவிருந்து/நியமங்கள்

இயேசு சிலுவையில் அறையப்படுவதற்கு முந்தைய மாலை, அவர் மகிழ்ச்சியாக பாஸ்கா விழாவை கொண்டாடினார். அந்த விழா, தேவனுடைய கிருபையினால் யூதர்களின் முதற்பிறந்த மகன்கள் மரணத்திலிருந்து காத்துக்கொள்ளப்பட்ட நினைவாகும். அந்த அர்த்தமிக்க விருந்தில், இயேசு தம் இரத்தத்தின் முக்கியத்துவத்தையும் பிட்கப்பட்ட உடலின் அர்த்தத்தையும் பற்றிய ஆழமான போதனையை வழங்கினார். சீஷர்கள் அதை முழுமையாகப் புரிந்துகொள்ள முயன்றபோதும், நிகழப்போகிற சம்பவங்களின் பாரத்தை அறியாமல் ஆச்சரியத்திலும் குழப்பத்திலும் இருந்தனர். அந்த விசேஷமான விருந்து, இன்று இறுதி இரவு விருந்து (The Last Supper) அல்லது பெரிய வியாழக்கிழமை (Maundy Thursday) என்று அறியப்படுகிறது.

இயேசு, தம் சீஷர்களுக்கு, மன்னிப்பு தரும் வல்லமையைப் பற்றிய புரிதலைத் தயாரிக்க விரும்பினார்: “அவர்கள் சாப்பிட்டுக்கொண்டிருந்தபோது, இயேசு அப்பத்தை எடுத்து, அதை ஆசீர்வதித்து, உடைத்து, சீஷர்களுக்கு கொடுத்து: நீங்கள் வாங்கி சாப்பிடுங்கள், இது என்னுடைய சரீரம் என்றார். அவர் ஒரு பாத்திரத்தையும் எடுத்து, நன்றி செலுத்தி, அவர்களுக்கு கொடுத்து, 'எல்லாரும் இதிலிருந்து குடிக்கவும், ஏனென்றால், இது அநேகருக்காகச் சிந்தப்படும் என்னுடைய உடன்படிக்கையின் இரத்தம்' என்றார். 'இது என் பாவமன்னிப்புக்குரியது' மத்தேயு 26:26-28, தமிழ் ESV). இயேசுவுடன் நாம் கொண்டுள்ள புதிய வாக்குறுதியை நினைவூட்டுவதாக ஒற்றுமைப் பயிற்சி செயல்படுகிறது. அதனால்தான், திருச்சபைகள் இதை அடையாளங்களை கடைப்பிடிக்கின்றன. திருச்சபையில் கலந்துகொள்பவர்களுக்கு திராட்ச ரசம் வழங்குவது அவரது இரத்தத்தை அடையாளப்படுத்துகிறது, அப்பம் அவரது பிட்கப்பட்ட உடலைக் குறிக்கிறது, இது நமது பாவ மன்னிப்புக்காக வழங்கப்படுகிறது. ஒற்றுமைப் பயிற்சி என்பது கிறிஸ்துவின் மன்னிப்பு, குணப்படுத்துதல் மற்றும் மீட்பில் ஈடுப்படுவதற்கான ஒரு சக்திவாய்ந்த வழியாகும். இதை திருச்சபையில், வீட்டில் குடும்பத்துடன், வேத படிப்பில், ஐக்கிய குழுவில் அல்லது உங்கள் துணையுடன் செய்யலாம். இது திருமணங்களுக்குள் கிறிஸ்துவுடனும் உங்கள் துணைவியுடனும் ஆழமான தொடர்பை மீண்டும் நிலைநிறுத்தும் ஒரு குறிப்பிடத்தக்க செயலாகும். உறவின் போது, இந்த நடைமுறை போராட்ட காலங்களில், குறிப்பாக ஒற்றுமையின் போது உங்கள் தவறுகளை ஒருவருக்கொருவர் ஒப்புக்கொள்ளும்போது ஒற்றுமையை மீட்டெடுக்க உதவும். பிளவுபட்ட ஒரு வீடு நிலைத்திருக்க முடியாது, ஆனால் கடவுளுக்கும் ஒருவருக்கொருவர் முன்பாக தங்களைத் தாழ்த்திக் கொள்ளும் தம்பதிகள் மற்றும் குடும்பங்கள் சாத்தானால் ஊடுருவ முடியாத ஒரு வலுவான ஆன்மீக ஒற்றுமையை நிலைநாட்டுவார்கள்.

இயேசுவின் சீடர்கள் அவரது பிட்கப்பட்ட உடலின் முக்கியத்துவம் பற்றிய அவரது போதனைகளைக் கேட்டு இரத்தம் சிந்தியபோது, அவரது மரணம் நெருங்கிவிட்டது என்பதை அறிந்திருக்கவில்லை என்பது சுவாரஸ்யமானது. அவருடைய இரத்தத்தாலும் உடைந்த சரீரத்தாலும் அவர்களுடைய பாவங்கள் மன்னிக்கப்படுவதைக் குறிக்கும் சின்னங்களைப் பற்றிய அவருடைய விளக்கத்திற்குப் பின்னால் உள்ள காரணங்களை அவர்களால் முழுமையாகப் புரிந்துகொள்ள முடியவில்லை. கடந்த மூன்றரை வருடங்களை அவருடன் கழித்த போதிலும், அவை உணரப்படுவதைக் காணும் வரை அவருடைய செய்திகளைப் புரிந்துகொள்ள அவர்கள் அடிக்கடி போராடினர். அவருடைய பல அற்புதங்கள் போதனையுடன் தொடங்கின, அதைத் தொடர்ந்து குணப்படுத்துதல் அல்லது ஒரு

அற்புதம் நடந்தது. எனவே இது அவரது மரணம் மற்றும் உயிர்த்தெழுதலின் அற்புதத்திற்கு முந்தைய போதனையாகும். அவர்கள் உயிர்த்தெழுந்த கர்த்தரைக் காண்பார்கள், இது உலகத்தை மீட்பதற்கான இயேசுவின் பணியின் நிறைவேற்றத்தைப் பற்றிய முழுமையான புரிதலுக்கு வழிவகுத்தது.

சீடர்களாக, எதிர்காலத்தில் என்ன இருக்கிறது - இயேசு நம்முடன் என்ன புதிய போதனைகளைப் பகிர்ந்து கொள்வார், என்ன குணப்படுத்துதல்கள் அல்லது அற்புதங்களை நாம் அனுபவிப்போம் என்பது குறித்து நாம் அடிக்கடி நிச்சயமற்றவர்களாக இருக்கிறோம். இருப்பினும், நாம் உறுதியாகப் பிடித்துக் கொள்ளும் ஒரு விஷயம் என்னவென்றால், இயேசுவின் வார்த்தைகள் நம் இருதயங்களை அறியப்படாத நாளைக்காகத் தயார்படுத்துகின்றன. அவரது பிட்கப்பட்ட சரீரம் மற்றும் இரத்தத்தின் வல்லமை நாளை எதைக் கொண்டு வந்தாலும் அது போதுமானதாக இருக்கும். அவருடைய தியாகத்தின் வாக்குறுதியால் நாம் தழுவிக் கொள்ளப்படுவதால், நாம் நம்பிக்கையுடன் நாளைக்குள் அடியெடுத்து வைக்கலாம். அவரது மரணம் மற்றும் உயிர்த்தெழுதல் மூலம், நம் வாழ்வில் அவரது அற்புதங்களை வெல்லவும், குணப்படுத்தவும், பெறவும் அவர் நமக்கு பலத்தை அளித்துள்ளார்.

அதிகாரம் 6

பிதாவுடன்

நானே வழியும் சத்தியமும் ஜீவனுமாயிருக்கிறேன்

பெரியோர்களின் வாழ்க்கையின் இறுதி நாட்களில் அவர்களுடன் நடந்த உரையாடல்கள் எப்போதும் என்னை ஆழமாகத் தொடுகின்றன. இந்த உலகத்திலிருந்து வெளியேறத் தயாராகும்போது, அவர்கள் வேறுபட்ட கண்ணோட்டத்திலிருந்து பேசுவார்கள் - அது வாழ்க்கையின் சிதறல்களை வெட்டி, அரிய தெளிவையும் அன்பானவர்களுக்கு ஊக்கத்தையும் தருவதாக இருக்கும். அவர்கள் சொற்கள் பெரும் முக்கியத்துவத்துடன் ஒலிக்கும், பல நேரங்களில் அவை என் நினைவில் நீண்ட நாட்கள் தங்கி, அவற்றின் அர்த்தத்தை மேலும் ஆழமாக சிந்திக்க வைத்துள்ளன. மனிதர்கள் வாழ்க்கையிலிருந்து நித்தியத்திற்குள் நகரும் அந்த ஆன்மீக, உணர்ச்சி பயணம், முன்னுரிமைகளையும் சிந்தனையையும் முழுமையாக மாற்றுவது போல தோன்றுகிறது.

இயேசு, தம் சீஷர்களிடம், தாம் செல்லப்போகும் இடத்தையும், அவர்களுக்காக பரலோகத்தில் தயார் செய்யும் வாசஸ்தலங்களையும் பற்றி கூறினார். இது அவருடைய பிரிவுக்கான முன்னேற்பாடாக இருந்தது, அதேசமயம், அவர் மீண்டும் வருவார் என்ற வாக்குறுதியையும் வெளிப்படுத்தியது. சீஷர்கள் அதை முழுமையாகப் புரிந்துகொள்ளவில்லை, அதனால் அவர் வழியை காட்டும்படி கேட்டார்கள்.அதற்கு இயேசு இவ்வாறு பதிலளித்தார்: ”நானே வழியும் சத்தியமும் ஜீவனுமாயிருக்கிறேன், என்னாலேயல்லாமல் ஒருவனும் பிதாவினிடத்தில் வரான்” (யோவான் 14:6, தமிழ் ESV).

இந்த வார்த்தைளை முதலில் பார்ப்பதற்கு, இயேசு முன்பு சொன்ன “நானே வாசல்” என்ற அறிவிப்பை நினைவூட்டலாம். ஆனால் இங்கே அவர் மூன்று முக்கியமான பரிமாணங்களைச் சேர்க்கிறார்: “வழி“ - பிதாவை அடைய வேண்டிய ஆன்மீகப் பயணம். “சத்தியம்“ - தெய்வீக சத்தியத்தின் வெளிப்பாடு. “ஜீவன் - நித்திய உறவின் பரிசு. இவை வெறும் கவிதைகள் போன்றவையல்ல, இயேசுவினாலே தேவனை எப்படிச் சந்திக்கிறோம் என்பதற்கான ஆழ்ந்த வெளிப்பாடுகள்.

நாம் அவர்மீது நம்பிக்கை வைக்கும் போது, அவருடைய குரலைக் கேட்டு, அவர் தரும் ஜீவனைப் பெற முடியும். கடுகு விதையின் அளவிற்குச் சிறிய விசுவாசம் இருந்தாலே போதும். ஆனால், இயேசு பிதாவோடு ஒன்றாயிருக்கிறார் என்பதன் சத்தியத்திலே நாம் வாழ வேண்டும்.

விசுவாசம் இந்தப் பாதையில் இயேசுவைப் பின்பற்ற நமக்கு உதவுகிறது. அவருடைய சத்தியக் குரலைக் கேட்டு, அவர் அளிக்கும் வாழ்க்கையைப் பெற, நாம் விசுவாசிக்கத் தயாராக இருக்க வேண்டும். ஒரு கடுகு விதையளவு விசுவாசம் கூட போதுமானது - ஆனால் இயேசு யார் என்ற சத்தியத்தில் வாழ நாம் தயாராக இருக்க வேண்டும்: அவர் பிதாவுடன் ஒன்றாக இருக்கிறார்.

இயேசு அவரிடம் சொன்னார்: "பிலிப்புவே, இவ்வளவு காலமாக நான் உங்களுடன் இருக்கிறேனே, அப்படியும் என்னை நீ இன்னும் அறியவில்லையா? என்னைக் கண்டவன் பிதாவையும் கண்டான். பிதாவை எங்களுக்குக் காண்பியும் என்று நீ எப்படி கேட்கிறாய்? நான் பிதாவினுள்ளும், பிதா என்னுள்ளும் இருக்கிறார் என்று நீ நம்பவில்லையா? நான் உங்களிடம் பேசும் வார்த்தைகளை நான் என் சொந்த வார்த்தைகளில் சொல்லவில்லை, ஆனால் என்னுள் வாழ்கிற பிதா தம்முடைய கிரியைகளைச் செய்கிறார். நான் பிதாவினுள்ளும் பிதா என்னுள்ளும் இருக்கிறார் என்று என் வார்த்தைகளை நம்புங்கள், இல்லையேல், என் கிரியைகளின் நிமித்தம் நம்புங்கள்." (யோவான் 14:9-11, தமிழ் ESV).

இங்கே, இயேசு தேவனில் நிலைத்திருக்கத் தேர்வு செய்கிறார். தேவன் இயேசுவில் நிலைத்திருக்கத் தேர்வு செய்கிறார் என்பதை உணர வேண்டியது அவசியம். அவர்கள் மிகவும் இணைக்கப்பட்டவர்கள், அவர்கள் தனித்தனியாக இருந்தாலும், அவர்கள் ஒன்றாக இருக்கிறார்கள். இந்த நேரத்தில் இயேசுவின் வார்த்தைகள் தேவனுடனான அவரது உறவின் ஆழமான நிலையை வெளிப்படுத்துகின்றன, மேலும் அவரைப் பின்பற்ற முயற்சிப்பவர்களுக்கு அவை நுண்ணறிவை வழங்குகின்றன. இயேசுவின் வார்த்தைகளில், அவர் பிதாவுடன் பகிர்ந்து கொள்ளும் தெய்வீக நெருக்கத்தைப் பற்றிய ஒரு பார்வையை நாம் காண்கிறோம். பின்னர், குறிப்பிடத்தக்க வகையில், அவர் மீது நம்பிக்கை வைப்பதன் மூலம் அவர் நம்மை அந்த உறவுக்குள் அழைக்கிறார்.

'நான் உங்களுக்குச் சொல்கிறேன், நான் செய்கிற செயல்களை என்னில் விசுவாசிக்கும் எவனும் செய்வான்; மேலும் நான் பிதாவிடத்தில் செல்வதால் நான் செய்கிற செயல்களை விட பெரிய செயல்களையும் செய்வான். நீங்கள் என் நாமத்தில் எதைக் கேட்டாலும், நான் அதைச் செய்வேன், இதன்மூலம் பிதாவானது குமாரனில் மகிமைப்படுத்தப்படுவார். நீங்கள் என் நாமத்தில் எதையாவது என்னிடத்தில் கேட்டால், நான் அதைச் செய்வேன்" (யோவான் 14:12-14 தமிழ் ESV).

இயேசு நம்மை நம்புவதற்கு மட்டுமல்ல, தேவனின் வேலையில் விசுவாசத்தில் வாழ்வது, அவருடைய நாமத்தில் கேட்பது, நம் வாழ்க்கையின் மூலம் பிதாவை மகிமைப்படுத்துவது ஆகிய பங்கேற்கவும் நமக்கு அதிகாரம் அளிக்கிறார். இது வழியும், சத்தியமும், ஜீவனுமாகிய ஒருவரால் சாத்தியமான ஒரு தெய்வீக கூட்டாண்மைக்கான சக்திவாய்ந்த மற்றும் பணிவான அழைப்பாகும்.
நாம் இயேசுவோடு பயணிக்கும்போது, நேர்மையான இருதயத்திலிருந்து அவ்வாறு செய்கிறோம். கசப்பின் ஆபத்துகளிலிருந்து நம் இருதயங்களைப் பாதுகாக்க ஞானத்தைப் பயன்படுத்த வேண்டும், இது தவிர்க்க முடியாமல் அன்பில் திறம்படப் பாய்வதைக் கொள்ளையடிக்கிறது.

ஆரோக்கியமான இருதயம்

நமது இருதயங்களை ஆரோக்கியமாகப் பராமரிப்பது, நமது ஆவிக்குரிய நலனுக்கான அன்றாட பழக்கமாக மாறலாம். சாலொமோன் ஞானமோடு அறிவுறுத்தினார்: ”எல்லா கவனத்துடனும் உன் இருதயத்தைக் காத்துக்கொள், ஏனெனில் அதிலிருந்து வாழ்வின் ஊற்றுக்கள் வெளிப்படும்” (நீதிமொழிகள் 4:23 தமிழ் ESV). குழந்தைகளுக்கு, இந்த அழகான பழக்கம், பெற்றோர்கள் அல்லது அன்பான பெரியவர்கள் மூலம் அன்போடு கற்றுத்தரப்படலாம். சிறுவயதிலிருந்து கற்றுக்கொள்ளப்படும் இத்தகைய ஆன்மீகப் பழக்கங்கள், வாழ்நாள் முழுவதும் ஆதரவாக இருக்கும். ”பிள்ளையானவன் நடக்கவேண்டிய வழியிலே அவனை நடத்து, அவன் முதிர்வயதிலும் அதை விடாதிருப்பான்” (நீதிமொழிகள் 22:6 தமிழ் ESV).
இயேசுவின் சீடர்களில் ஒருவரான பேதுரு, மன்னிப்பின் எல்லைகளைப் பற்றி இயேசுவிடம் கேட்டார்.

"அப்பொழுது பேதுரு வந்து, 'ஆண்டவரே, என் சகோதரன் எனக்கு எதிராக எத்தனை முறை பாவம் செய்திருப்பான், நான் அவனை எத்தனை முறை மன்னிப்பான்? ஏழு முறையாவது மன்னிப்பான்?' இயேசு அவனிடம், 'நான் உன்னிடம் ஏழுமுறை சொல்லவில்லை, எழுபத்தேழு முறை' என்று கூறினார்." (மத்தேயு 18:21-22 தமிழ் ESV).

தொடர்ந்து மன்னிப்பதன் முக்கியத்துவத்தை இயேசு வலியுறுத்துகிறார், நமது உணர்ச்சி நல்வாழ்வில் தமக்கு இருக்கும் அக்கறையை வெளிப்படுத்துகிறார். நமது வார்த்தைகள், செயல்கள் மற்றும் நடத்தைகள் நம் வாழ்வில் காயம், வலி மற்றும் அதிர்ச்சியை ஏற்படுத்தியவர்களை மன்னிக்க நாம் தயாராக இருப்பதிலிருந்து ஒரு ஒளி மற்றும் ஆரோக்கியமான இருதயம் உருவாகிறது.

தேவனுடனும் மற்றவர்களுடனும் நமது உறவுகளில் மன்னிப்பின் மிக முக்கியமான முக்கியத்துவத்தை இயேசு தெளிவாக வலியுறுத்துகிறார். அவர் கூறுகிறார்,அவர் கூறுகிறார், “மற்றவர்கள் தங்கள் பாவங்களை உமக்கு எதிராகச் செய்யும்போது, நீங்கள் அவர்களுக்கு மன்னிப்பு அளித்தால், உங்கள் பரலோகத் தந்தை உங்களையும் மன்னிப்பார். ஆனால், மற்றவர்களுக்கு அவர்களுடைய பாவங்களுக்கு நீங்கள் மன்னிப்பு அளிக்கவில்லை என்றால், உங்கள் தந்தை உங்களுடைய பாவங்களை மன்னிக்கமாட்டார்” (மத்தேயு 6:14–15 தமிழ் ESV). மன்னிப்பின் சாரம் என்பது தேவனிடமுள்ள தூய்மையான உள்ளத்தை பாதுகாப்பதாகும். நம்மை காயப்படுத்தியவர்கள் மீது இருக்கக்கூடிய மனக்கசப்பையும் பழிவாங்கும் விருப்பத்தையும் நாம் கைவிடுகிறோம். மன்னிக்கத் தேர்ந்தெடுப்பதன் மூலம், தேவனின் சமாதானம் நம் இருதயங்களைச் சூழ்ந்து கொள்ள அழைக்கிறோம், இதனால் நாம் லேசாக முன்னேறி, சமாதானம் மற்றும் தூய்மையான நிலையில் இருந்து ஜெபிக்கலாம்.

மன்னிப்பு என்பது, செய்த குற்றங்கள் அவ்வளவு மோசமானவை அல்ல என்பதை தீர்மானிப்பதைப் பற்றியது அல்ல என்பதை கவனத்தில் கொள்ள வேண்டும், அது நம் உணர்வுகள் உண்மையாகவே முக்கியமானதல்ல என்பதை தீர்மானிப்பதைப் பற்றியதும் அல்ல, அதற்கு பதிலாக நாம் நம் உணர்ச்சிகளை அடக்கி, மற்றவர்களின் பாவத்தை அது உண்மையில் என்னவென்று நேர்மையாக ஒப்புக்கொண்டு, பாவத்திற்குப் பின்னால் இருந்த நபரை மன்னிப்பதன் மூலம் அதன் பாராத்தை நம் இருதயங்களிலிருந்து குறைக்க வேண்டும். தேவனுக்குக் கீழ்ப்படிதலின் செயலாக, நம்முடைய சொந்த விருப்பம் மற்றும் முடிவின் மூலம் அந்த நபருக்கு தேவனின் கிருபையை சுதந்திரமாகப் பயன்படுத்த வேண்டும்.

பெரும்பாலும், நம் உணர்ச்சிகள் நம்மை பாவத்திற்கு இட்டுச் செல்கின்றன. ஒரு உச்சபட்ச உதாரணமாக, கொலை பெரும்பாலும் கோபம் மற்றும் வெறுப்பு போன்ற உணர்ச்சிகளுடன் தொடங்குகிறது. தங்கள் உணர்ச்சிகளை ஆளக் கற்றுக்கொள்ளாத ஒருவருக்கு, விளைவுகள் துயரமானவை. நாம் நம் உணர்ச்சிகளை ஒப்புக்கொண்டு அவற்றை ஆராய்ந்து புரிந்துகொள்ள அனுமதிக்க வேண்டும். ஆனால், தங்கள் உணர்ச்சிகளை ஆள முடியாத நபர் எளிதில் பாவத்திற்குள் இட்டுச் செல்லப்படுவார். நம் கோபத்தில் பாவம் செய்ய வேண்டாம் என்று இயேசு நமக்குக் கட்டளையிட்டபோது, கோபத்தை அனுபவிக்க வேண்டாம் என்று அவர் சொல்லவில்லை. தேவன் யார் என்பதற்காக அவர் செய்ததற்காக அவரைப் புகழ்வதும், நம் இருதயங்களை தேவனிடம் திருப்புவதும், அவருடைய மகத்தான கிருபைக்கு நன்றி செலுத்துவதும் கோபத்தை ஆள நமது ஆயுதமாகும். நம் உணர்ச்சிகளை ஆள முடிந்தால், மக்களை வழிநடத்தவும், வளர்க்கவும் முடியும். மற்றவர்கள் நமக்கு செய்யும் பாவங்களை மன்னிக்க முடிந்தால், நமக்கு சமாதானத்தைத் தர மற்றவர்களுடன் நம்பாமல் சமாதானமாக வாழ முடியும். நாம் முதிர்ச்சியடைந்து, தேவன் நமக்காக வைத்திருக்கும் சமாதானத்திலும் மகிழ்ச்சியிலும் வாழ முடியும்.

மன்னிப்பைப் பயிற்சி செய்த பிறகும் காயம் மற்றும் வலி உணர்வுகள் நீக்கி வட இயலாது, இது எதிர்பார்க்கக் கூடிய பதில் ஆகும். மன்னிப்புப் பயிற்சி கிறிஸ்துவின் போதனைகள் மற்றும் உதாரணங்களுடன் ஒத்துப்போகிறது. இறுதியில், நம் உணர்வுகள் நம் முடிவுகளுடன் ஒத்துப்போக வேண்டும். அப்போஸ்தலனாகிய பவுல் ”ஒருவரையொருவர் தாங்கி, ஒருவரையொருவர் மன்னியுங்கள். ஒருவரில் ஒருவர் குறைபாடுண்டானால், கிறிஸ்து உங்களுக்கு மன்னித்ததுபோல, நீங்களும் ஒருவரையொருவர் மன்னியுங்கள்” என்று அறிவுறுத்துகிறார் (கொலோசேயர் 3:13–14 தமிழ் ESV). தேவனுக்கும் இயேசுவுக்கும் நாம் கொண்டிருக்கும் அன்பும், அவரது போதனைகளுக்கு நாமோடு கடமை உணர்வும் மற்றவர்களை மன்னிப்பதற்கான உறுதியான அடித்தளத்தை உருவாக்குகின்றன என்பது தெளிவாகிறது. அன்பில் வளர்வது, நம்மை காயப்படுத்தியவர்களை அன்புடன் நேசிப்பதை கற்க முடியும்.

மன்னிப்பு பயிற்சி — பெரியவர்களுக்கு ஆரோக்கியமான இருதய பரிசோதனைக்கான படிகள்:

1. **சிந்தியுங்கள்:** என் இருதயத்தில் பாரமாக இருப்பது ஏதேனும் சம்பவமா, உரையாடலா?

2. **எழுதுங்கள் அல்லது நினையுங்கள்** : என்ன நடந்தது, என்ன சொன்னார்கள், அது என்னை எப்படி உணரச் செய்தது?
3. **அனுமதியுங்கள்** : என் உணர்ச்சிகளைச் சத்தியமாக ஏற்றுக்கொள்வது.
4. **விடுவியுங்கள்:** அதை தேவனிடம் சொல்லி, அவரிடம் ஒப்படைக்கிறேன். "அந்த நபரை மன்னிக்கிறேன்" என்று அறிக்கையிட்டு, விடுவிக்கிறேன்.

மன்னிப்பு ஜெபம் - உதாரணம்:

"தேவனே, (பெயர்) எனது யோசனையைத் தன்னுடையதாகக் கூறியதற்காக நான் அவனை மன்னிக்கிறேன். இதற்கு முன் மூன்று முறை நடந்தது, எனது மேலாளர் அவனைப் பாராட்டியபோது, நான் புறக்கணிக்கப்பட்டேன். ஆனால், ஆண்டவரே, என் உணர்ச்சிகள் இருந்தபோதிலும், உமது வழிகாட்டுதலைப் பின்பற்றுகிறேன். மன்னிக்கிறேன். என் வேலைக்குழு கூட்டங்களில் உமது ஞானத்தையும் சமாதானத்தையும் தருவீராக. ஆமென்."

குறிப்பு: தவறைச் சிறிதாக்காதீர்கள். உணர்ச்சிகளை அறிக்கையிட்டு பாரத்தை தேவனிடம் விட்டுவிடுங்கள்.

மன்னிப்பு பயிற்சி — குழந்தைகளுக்கு

பெற்றோர் / பெரியவர்கள், குழந்தைகளை இப்படி வழிநடத்தலாம்:

1. **கேளுங்கள்** : இன்று உன் இருதயம் கவலையாக, சோகமாக, கோபமாக இருக்கிறதா?
2. **அனுமதியுங்கள்** : குழந்தை தனது அனுபவத்தைச் சொல்ல அனுமதி கொடுங்கள்.
3. **முன்னோட்டம்** : அந்த சம்பவத்தில் யாராவது சொன்னதாலோ செய்ததாலோ உன் இருதயம் காயமடைந்ததா?
4. **வழிநடத்துங்கள்** : காயப்படுத்தியவரை மன்னிக்கக் கற்றுக்கொடுங்கள்.

குழந்தைகளுக்கான ஜெப உதாரணம்:

"இன்று (பெயர்) என்னைகுள்ளன் என்று சொன்னதற்காக நான் அவனை மன்னிக்கிறேன். அது என்னை முக்கியமற்றவன் என்று உணர வைத்தது. ஆனால், ஆண்டவரே, அவன் சொன்ன வார்த்தைகளை மன்னிக்கிறேன். என் இருதயத்தில் உமது சமாதானத்தை ஊற்றும். ஆமென்."

குறிப்பு: அவர்களின் உணர்ச்சிகளை மறுக்காதீர்கள். அதை அறிக்கையிட அனுமதி கொடுத்து, பாரத்தை தேவனிடம் விடுங்கள்.

அதிகாரம் 7

என்னில் நிலைத்திருங்கள்

நானே உண்மையான திராட்சச்செடி

"நானே உண்மையான திராட்சைச் செடி, நீங்கள் கிளைகள். என்னுள் தங்கியிருந்து, நான் அவனுள் தங்கியிருப்பவனும் மிக அதிக கனிகளைப் பழவிப்பான்; ஏனெனில் என்னில்லாமல் நீங்கள் ஒன்றுமே செய்ய முடியாது" (யோவான் 15:5, தமிழ் ESV)

கடந்த ஆண்டு நான் கிச்சிலி, எலுமிச்சம்பழம், மற்றும் ஆரஞ்சு ஆகிய மூன்று நாரந்து வகையைச் சார்ந்தசெடிகளை நட்டேன் –மூன்றுக்கும் தினமும் தண்ணீர் ஊட்டப்பட்டன. ஆனால், ஆரஞ்சுச் செடி மிகவும் சிறியதாகவும், சற்று வாடியதாகவும் இருந்தது. நான் தோட்டக்கலைக் குழுவில் ஒரு புகைப்படத்தைப் பகிர்ந்து ஆலோசனை கேட்டேன். அதற்கு வந்த பதில்கள் ஆச்சரியமாக இருந்தன. கிச்சிலி, எலுமிச்சை மற்றும் எலுமிச்சம்பழச் செடிகள் காலை முழுவதும் நேரடி ஒளியைப் பெற்றன, ஆனால் ஆரஞ்சுச் செடி, நடவு செய்யப்பட்ட இடத்தால் காலை நேரத்தில் நிழலிலிருந்தது என புகைப்படத்தில் காணபட்ட நிழல் மூலமாக, கண்டுபிடித்தனர். முழு ஒளியில் இருந்த கிச்சிலியும், எலுமிச்சம்பழமும் இவ்வளவு வலிமையானவையும் பெரியவையும் ஆனது அற்புதமாக இருந்தது.

இயேசு இவ்வாறு கூறினார்: நான் உலகத்திற்கு ஒளியாயிருக்கிறேன், (யோவான் 8:12 தமிழ் ESV). அவரே நம்முடைய முழுமையான சூரியன். அவரிலே நிலைத்திருந்தால், அவருடைய ஆவியினால் வரும் கனிகளை நாம் தர முடியும். இயேசு பிதாவிலே தங்கியிருந்ததுபோல, பிதாவும் இயேசுவிலே தங்கியிருந்தார். அதுபோல், நாம் இயேசுவிலே தங்கி, அவர் நம்மிலே தங்கும்படி அழைக்கப்படுகிறோம். அப்படிச் செய்தால், நம் வாழ்க்கையில் கனிகளைத் தருவேன் என்று இயேசு வாக்களிக்கிறார்.

சில நேரங்களில், தேவன் நம்மை வெட்டிப்பராமரிப்பதற்கு (pruning) அனுமதிக்கிறார் – நம் வாழ்க்கையின் உலர்ந்த கிளைகளை அகற்றுவதற்கு. நல்ல திராட்சத் தோட்டக்காரன் போலவே, நம்முடைய ஆரோக்கியத்திற்காகவே அவர் நம்மைத் தமது சாயலில் மறுபடி உருவாக்குகிறார்.

பவுல், பரிசுத்த ஆவியின் கனிகளைப் பட்டியலிடுகிறார்: “அன்பு, மகிழ்ச்சி, சமாதானம், பொறுமை, தயவு, நற்குணம், விசுவாசம், சாந்தம், தன்னடக்கம்” (கலாத்தியர் 5:22–23 தமிழ் ESV). இயேசுவிலே தங்கி வாழும் கிறிஸ்தவர்கள் –தங்கள் குடும்பங்களில், உறவுகளில், ஊழியங்களில் கனிகளைத் தருகிறவர்களாகக் கருதப்படுகிறார்கள், ஏனெனில், அவர்கள் வாழ்க்கையில் இயேசு செயல்படுகிறார்.

இயேசுவிலே தங்கி இருப்பது, அவருடைய பரிசுத்தத்திலே வாழவும் உதவுகிறது. இதுவே பெரும்பாலும் கிறிஸ்துவின் நீதியில் வாழ்வதாகக் குறிப்பிடப்படுகிறது.

கிறிஸ்துவின் நீதியில் வாழ்தல்

எபேசியர் 4:1-5-ல், கிறிஸ்தவர்கள் தங்கள் அழைப்புக்குப் பாத்திரமானவர்களாக நடக்க பவுல் ஊக்குவிக்கிறார். கிறிஸ்துவின் சரீரத்திற்குள் நம் ஒவ்வொருவருக்கும் ஒரு தனித்துவமான அழைப்பு இருந்தாலும், தேவனின் கிருபையின் மூலம் நாம் கொண்டிருக்க வேண்டிய பொதுவான குணங்களின் தொகுப்பை பவுல் வலியுறுத்துகிறார். அவை:

தாழ்மை

எபேசியர் புத்தகத்தின் இந்த பகுதியில் பவுல் முதலில் குறிப்பிடும் பண்பு தாழ்மையாகும். இதற்குள் பல நன்மைகளுமுண்டு, ஏனென்றால் தாழ்மை தான் பிற பண்புகளைக் கட்டியெழுப்பும் அடித்தளமாகும். நமது உறவுகளில் தாழ்மை மிகவும் அவசியமானதாய் இருப்பதால், தேவன் அதற்கு பதிலளித்து வெகுமதியளிக்கிறார். பல வசனங்கள் தாழ்மையின் மதிப்பைப் பேசுகின்றன, இது தேவனுக்கு எவ்வளவு விலைமதிப்பானது என்றும், தாழ்மையுடையோரின் வழியாக அவர் எவ்வாறு அதிக வல்லமையுடன் செயல்படுவார் என்பதையும் வலியுறுத்துகின்றன. அதனால் வசனம் சொல்கிறது: "அவர் அதிகமான கிருபையை அளிக்கிறாரே. ஆதலால் தேவன் பெருமையுள்ளவர்களுக்கு எதிர்த்து நிற்கிறார், தாழ்மையுள்ளவர்களுக்கோ கிருபை அளிக்கிறாரென்று சொல்லியிருக்கிறது" (யாக்கோபு 4:6 தமிழ் ESV).). தாழ்மையுடன் வாழ்பவர்கள் தேவனுடைய கிருபையினால் கிடைக்கும் வரமும் ஆசீர்வாதங்களும் கிடைக்கின்றன!

நமது உறவுகளை தாழ்மையானது உண்மையாகவே முழுமையாக மாற்றிக்கும்! நமது இருதயங்கள், சிந்தனைகள், மற்றவர்களுடன் நடக்கும் செயல்கள் தாழ்மையாலும் அல்லது அகம்பாவத்தாலும் தாக்கம் பெறுகின்றன. தாழ்மையின் பரிசுத்த தன்மை, அது தேவனிலுள்ள நம் பாதுகாப்புடனும் அடையாளத்துடனும் தொடர்புடையதாக இருப்பது மிகச்சுவாரஸ்யமானது. முழுமையான அடையாளம் இல்லாதவர்கள் பெரும்பாலும் 'அகம்' என்ற பாதுகாப்பின்மையால் போராடுகிறார்கள். தேவனில் நாம் பாதுகாப்போடு வாழ்வது, அது தாழ்மையாக வெளிப்படும் போது, கூடுதல் வாக்குறுதியையும் கொண்டு வருகிறது: " அவர் அதிகமான கிருபையை அளிக்கிறாரே. ஆதலால் தேவன் பெருமையுள்ளவர்களுக்கு எதிர்த்து நிற்கிறார், தாழ்மையுள்ளவர்களுக்கோ கிருபை அளிக்கிறாரென்று சொல்லியிருக்கிறது" (யாக்கோபு 4:10 தமிழ் ESV). "தன்னை உயர்த்துகிறவன் தாழ்த்தப்படுவான், தன்னைத் தாழ்த்துகிறவனோ உயர்த்தப்படுவான்" (மத்தேயு 23:12 தமிழ் ESV). தேவன் தாழ்மையுடைய கிறிஸ்தவர்களை உயர்த்த நினைக்கிறார், ஏனெனில் பரிசுத்த ஆவி அவர்களில் பேரளவாகவும் சிறந்த முறையிலும் செயல்படுகிறார். அப்படியான தலைவர்களையும் தாக்கமடைந்தவர்களையும் தேடுகிறார், ஏனெனில் தாழ்மை பரிசுத்த ஆவிக்கு நமக்குள்ளே பணியாற்ற இடத்தைத் தருகிறது.

தாழ்மையானது ஜெபத்திற்கு மிகவும் அவசியமானது. கிறிஸ்தவர்கள் மறைவான இடத்தில் ஜெபிக்க வேண்டும் என்று இயேசு கற்றுத்தந்தார், அது தாழ்மையின் நிலையை பிரதிபலிப்பதாகும். "நீ ஜெபம்பண்ணப்

போகும்போது, உன் அறைக்குள் போய், கதவை அடைத்துக்கொண்டு, இரகசியத்திலிருக்கிற உன் பிதாவைப் பார்த்து ஜெபம்பண்ணு. அப்பொழுது இரகசியத்திலிருக்கிற உன் பிதா உனக்கு மறுமொழி கொடுப்பார்"(மத்தேயு 6:6 தமிழ் ESV). ஜெபமும் தாழ்மையும் ஒன்றாக இருப்பதை இயேசு காட்டுகிறார், நாம் தேவனுடன் உள்ள உறவிலிருந்து தனியறையில் நேரத்தை அர்ப்பணித்து ஜெபிக்க வேண்டும் என்று வலியுறுத்துகிறார், இது பிறரிடம் புகழைப் பெறும் நோக்கமல்ல. இந்த தாழ்மையான சூழலில் நமது இருதயங்கள் தேவனுடைய இருதயத்துடன் ஒத்திசைக்கின்றன மற்றும் அவருடைய போஷிப்புடன் இணைகின்றன. இயேசுவின் பிரசங்கத்தின்படி, இந்த மறைவான இடத்தில் ஜெபிப்பது வரங்களுடன் தொடர்புடையது, இவை விதவிதமான நேரங்களில் வேறுபாடாக தரப்படும். உதாரணமாக, நமது ஜெபங்களுக்கு கிடைக்கும் பதில்கள் மற்றும் சில நேரங்களில் தேவன் நமக்கான வழியை அமைத்துச் செல்லும் செயல்கள் இதில் அடங்கும். வரங்களுக்கு அப்பாற்ப்பட்டு அது நமது தாழ்மைக்கு பதிலாக வழங்கப்படுகிறது.

சாந்தம்

சாந்தம் என்பது பரிசுத்த ஆவியின் கனிகளில் ஒன்றாகும். சாந்தத்தின் விதைகள் வளர்ச்சி, நம்பிக்கை, மலர்ச்சியான உறவுகளை உண்டாக்குகின்றன. சாந்தத்துடன் நடப்பவர்கள், பிறரை வளர்க்க உகந்த நிலையில் இருப்பவர்கள் ஆவர். இது குழந்தைகளை வளர்ப்பதில், வேலைத்தலத்தில், கிறிஸ்தவ சீஷத்துவத்தில் எல்லாவற்றிலும் பொருந்துகிறது. அப்போஸ்தலனாகிய பவுல் தகப்பன்மார்களுக்குக் கொடுத்த ஆலோசனையில் சாந்தமான ஆவியின் முக்கியத்துவத்தை வலியுறுத்துகிறார். எனினும், அது எல்லா பெற்றோர்களுக்கும் பொருந்துகிறது: "பிதாக்களே, உங்கள் பிள்ளைகளைக் கோபப்படுத்தாதிருங்கள், கர்த்தருக்கேற்ற சிட்சையிலும் போதனையிலும் அவர்களை வளர்ப்பீர்களாக" (எபேசியர் 6:4, தமிழ் ESV). இதுவே பெற்றோர்களை உறவினுள் ஒழுக்கப்படுத்தச் செய்கிற மென்மையான அணுகுமுறை. நாம் அவர்களுடன் பகிரும் உறவின் உயர்ந்த நிலையில் ஒரு குழந்தையை ஒழுக்கப்படுத்துவது பலனளிக்காது. ஆகையால், சாந்தம் என்பது நம் பிள்ளைகளின் வாழ்க்கையில் தாக்கத்தை ஏற்படுத்தவும், அவர்களை முதிர்ச்சியடைய வழிநடத்தவும் தேவையான நம்பிக்கையை உருவாக்குகிறது.

சாந்தம் பிறரின் வளர்ச்சியை ஊக்குவிக்கிறது, அவர்கள் விசுவாசத்தில் வளர்க்கப்படுவதற்கு அது மிகவும் முக்கியமானது. அன்பான ஒரு சொல் மலரக்கூடிய விதையை விதைக்கிறது. இந்தக்

கொள்கை சபை, வியாபாரம், மருத்துவம், கல்வி என எல்லா துறைகளுக்கும் விரிவடைகிறது, சாந்தமானவர்கள் நம்பிக்கையைப் பெறுகின்றனர், அது அவர்களைச் சத்தியத்தைப் பகிரவும் கற்றல் முறையை மேம்படுத்தவும் இயல்பாக்குகிறது. குடும்பங்கள், சபைகள், வேலைத்தலங்கள் ஆகியவை சாந்தமான ஆவியைக் கொண்ட தலைவர்களால் மிகுந்த பயனடைந்துள்ளன.

பொறுமை

நீங்கள் எப்போதும் ஜெபிக்கக்கூடிய துணிச்சலான ஜெபங்களில் ஒன்று 'ஆண்டவரே, எனக்கு பொறுமையைக் கற்றுக்கொடும்' என்பது. இந்த ஜெபத்திற்கான பதில் சில சோதனைகளுக்கு வழிவகுக்கும்! பொறுமை என்பது நமது இயல்பான சுயத்திலிருந்து உற்பத்தி செய்வது மிகவும் கடினம் என்பதை நாம் அனைவரும் அறிவோம், ஏனென்றால் பொறுமை என்பது பரிசுத்த ஆவியின் கனியாகும், மேலும் பரிசுத்த ஆவியுடன் இணைந்து வாழும் வாழ்க்கையிலிருந்து வெளிப்படுகிறது.
பொறுமை என்பது காத்திருப்பதற்கான விருப்பம். பொறுமையுடன் கூடிய பதற்றம் என்பது எதற்காகவோ காத்திருக்கவோ அல்லது காத்திருக்காமல் இருக்கவோ தேர்ந்தெடுக்கும் தருணத்தில் காணப்படுகிறது. தேவனின் நேரத்திற்கு காத்திருப்பதையும், நம் உறவுகளில் மற்றவர்களுடன் பொறுமையாக இருப்பதையும் நான் ஆராய விரும்புகிறேன். இந்த இரண்டு பகுதிகளையும் புரிந்துகொள்வது, நமது தேர்வுகளின் பதற்றத்தை எதிர்கொள்ளும்போது நம் மனதில் தெளிவைக் கொண்டுவர உதவும்.

- **தேவனுடைய காலத்திற்குக் காத்திருப்பது** - உங்கள் ஜெபங்களில் தாமதங்களை எவ்வாறு கையாள்கிறீர்கள்? ஒருவேளை நீங்கள் ஒரு துணைக்காக, மிகவும் ஏங்கிக்கொண்டிருக்கும் குழந்தைக்காக, ஒரு வீட்டிற்காக அல்லது நீங்கள் உழைத்துக்கொண்டிருக்கும் ஒரு வேலைக்காக ஜெபித்துக் கொண்டிருக்கலாம். அது ஏன் இங்கே இல்லை? நீங்கள் விசுவாசத்துடன் ஜெபித்து, எதிர்பார்த்தபடி எல்லாவற்றையும் சரியான இடத்தில் தான் வைத்தீர்கள். ஆனால், அது ஏன் வரவில்லை? நமக்கு தேவனின் பதில் ஆம், இல்லை, அல்லது இன்னும் இல்லை என்பதை அறிந்திருக்க வேண்டும். நாம் ஒரு இல்லை அல்லது ஒரு இன்னும் இல்லை என்ற பதிலைப் பெறும்போது ஒரு ஆம் என்ற பதிலுக்கு காத்திருக்கும் நம் ஆத்துமா, மனம் மற்றும் இருதயத்தை பாதிக்கும். சாலொமோன் இராஜா ஒருமுறை கூறினார், 'நம்பிக்கை தாமதப்படுத்தப்படுவது இருதயத்தை நோய்வாய்ப்படுத்தும், ஆனால் நிறைவேறும் ஆசை ஜீவ விருட்சம்' (நீதிமொழிகள் 13:12 ESV). காத்திருக்கும் போது நமது மனப்பான்மைதான் நம் ஆன்மாக்களை நோயிலிருந்து பாதுகாக்க உதவுகிறது.

நான் ஒரு இளம் பெண்ணை அறிவேன், அவள் தேவனுடன் கொண்டிருந்த உறவில் பக்தியுடன் இருந்தாள். அவள் வேதாகமப் படிப்புகளில் ஈடுபட்டாள், சபையில் சேவை செய்தாள், கிறிஸ்துவ விசுவாசிகளைச் சுற்றிலும் வைத்திருந்தாள். எனினும், அவள் தனது இருபது வயதுகளில் கடந்து சென்றபோது, தேவன் அவளுக்குத் தர விரும்பிய கணவருக்காகக் காத்திருப்பதில் சோர்ந்து போனாள். இறுதியில், காத்திருப்பதை விட்டுவிட்டு, தேவனை நம்பாத ஒருவருடன் தங்கி வாழ ஆரம்பித்தாள். உடனே அவள் கர்ப்பமானாள், ஆனால் அவன் அவளையோ குழந்தையையோ ஏற்க விரும்பவில்லை. இப்போது, அவள் தனியாக தனது குழந்தையை வளர்க்கிறாள். காத்திருப்பதால் அவளது இருதயம் சோர்ந்து, தேவனின் சிறந்த திட்டத்தை இழந்துவிட்டாள். இப்படிப்பட்ட இருதய வலியிலிருந்து தேவன் மிகுந்த அழகை வெளிப்படுத்த முடியும், அவருடைய மீட்பான அன்பு, அவளைத் தமது நீதியின் பாதைக்கு மீண்டும் திருப்பக்கூடும். ஆனால், காத்திருக்காததால் அவள் கடினமான பாதையைத் தேர்ந்தெடுத்தாள்.

நம் இருதயங்கள் சோர்ந்து போகவிடாமல், நாமும் காத்திருந்து தேவனுடைய வாக்குறுதிகளை உழைப்புகளின் நடுவிலும் பெறலாம். தீர்க்கதரிசியாகிய ஏசாயா நமக்கு இவ்வாறு போதிக்கிறார்: ”கர்த்தருக்குக் காத்திருக்கிறவர்களோ புதுப்பெலன் அடைந்து, கழுகுகளைப்போலச் செட்டைகளை அடித்து எழும்புவார்கள், அவர்கள் ஓடினாலும் இளைப்படையார்கள், நடந்தாலும் சோர்ந்துபோகார்கள்” (ஏசாயா 40:31, தமிழ் ESV). இந்தச் சத்தியத்தோடு, நாம் பொறுமையால் பின்வரும் பலன்களைப் பெறுகிறோம்:

1. ஆவிக்குரிய வல்லமையின் புதுப்பிப்பு
2. உயர்ந்த பார்வை
3. உடல் ஆற்றல் அதிகரிப்பு

மேலும் ஆழ்ந்த வெளிப்பாட்டை அளித்து ஏசாயா இவ்வாறு கூறுகிறார்: “ஆகையால் கர்த்தர் உங்களுக்கு இரக்கஞ்செய்யக் காத்திருக்கிறார், அவர் உங்களை நயம்பாய்க்க மனதுருகுவார், கர்த்தர் நீதியாய் நியாயம் செய்கிற தேவன், அவருக்குக் காத்திருக்கிறவர்கள் யாவரும் பாக்கியவான்கள்” (ஏசாயா 30:18, தமிழ் ESV). தேவன் உங்களுக்கு கிருபை செய்யக் காத்திருக்கிறார், இதனால் நீங்கள் விரும்புகிறதை முழுமையான ஆனந்தத்தோடு பெறலாம். உங்கள் ஏக்கத்திற்கு பதிலளிக்க அவர் உங்கள்மேல் இரக்கம் காட்ட விரும்புகிறார். அவருக்குக் காத்திருக்கிறவர்கள் பாக்கியவான்கள் என்று அவர் வாக்களிக்கிறார், ஏனெனில் அவர் நீதியுள்ள தேவன். எவ்வளவு ஆறுதலான வார்த்தையை அவர் நமக்கு அளிக்கிறார்!

- **நம் உறவுகளில் பொறுமை** - சில நேரங்களில், நம் அன்பானவர்கள் நம் விருப்பத்திற்கேற்ப நடக்க வேண்டும் என்று நமக்கு தோன்றுகிறது. அவர்கள் எப்படிச் செயல்பட வேண்டும் என்பது நமக்கு தெளிவாகத் தெரிந்தாலும், அவர்களின் வாழ்க்கை நம்மால் கட்டுப்படுத்தப்படுவதல்ல. நாம் அதிகமாக நேசிப்பதால்,விஷயங்களை சரிசெய்ய நம் ஆர்வமும் அதிகமாகிறது. ஆனால், கட்டுப்பாட்டை தளர்த்தும் போதுதான், தேவன் தமது வேலையைச் செய்ய இடம் கிடைக்கிறது. அப்பொழுது, நம் சிறந்த முயற்சிகளை விட, தேவனுடைய செயல் நம் அன்பானவர்களின் வாழ்க்கையில் வலிமையாக வெளிப்படும். பவுல் இவ்வாறு எழுதுகிறார்: ”நம்பிக்கையில் மகிழ்ந்து, உபத்திரவத்தில் பொறுமையாயிருங்கள், ஜெபத்தில் விடாமுயற்சியாய் இருங்கள்”. (ரோமர் 12:12 தமிழ்). நாம் நம் அன்பானவர்களை தேவனிடம் ஒப்படைத்து, ஜெபத்தில் அவர்களைச் சுமக்கும்போது, பொறுமையுடன் காத்திருக்கும் காலத்தில், தேவன் அவர்களின் துன்பத்தையும், வேதனையையும், பிரச்சனைகளையும் – நம்பிக்கையுடனும் எதிர்காலத்துடனும் நிறைந்த அழகான சித்திரமாக மாற்றுகிறார்.

அன்பில் ஒருவருக்கொருவர் சகித்துக்கொள்ளுதல்

பவுல் கிறிஸ்தவர்கள் நடக்கவேண்டிய இந்த நற்குணங்களைப் பற்றி கூறும்போது, அவை தனித்தனியாக இருப்பதல்ல, ஒன்றின் மீது ஒன்று கட்டப்பட்டு வளர்கின்றன. தாழ்மை சாந்தத்துக்கு அடித்தளம், சாந்தம் பொறுமையை உறுதிசெய்கிறது, இவை அனைத்தும் சேர்ந்து “அன்பில் ஒருவருக்கொருவர் சகித்துக்கொள்ளுதல்” என்ற இலக்கை நோக்கிச் செல்லுகின்றன. ஒருவருக்கொருவர் பலவீனங்களைச் சகித்துக்கொள்ள, தாழ்மையில் வேரூன்றிய கிருபை தேவைப்படுகிறது. நாம் பலவீனர்களாக இருந்தபோதும் இயேசு நம்மை அன்புகூர்ந்து, தமது கிருபையால் நமக்காக மரித்தார். அதே அன்பு தான், நம்மிடையிலுள்ள பலவீனங்களை சகித்துக்கொள்ளும் வலிமையாகிறது. ஒரு பெற்றோர், கடுமையான உடல் சவால்களைக் கொண்ட குழந்தையை வளர்ப்பதை அல்லது நினைவிழப்பால் போராடும் கணவரை அன்போடும் பொறுமையோடும் கவனிக்கும் பாட்டியை நீங்கள் பார்த்ததுண்டா? அன்பே அதற்கு விடையாக இருக்கிறது. – தாழ்மையிலிருந்தும், சாந்தத்திலிருந்தும், பொறுமையிலிருந்தும் பாயும் அன்பு.

அன்பினால் சகித்துக்கொள்வது, மன்னிப்பின் மூலம் சாத்தியமாகிறது. இது தவறுகளைப் புறக்கணிப்பதோ, துன்புறுத்தல்களை அனுமதிப்பதோ அல்ல. ஆனால், பலவீனங்களுடனும் வலிமைகளுடனும் நாம் ஒருவரோடு ஒருவர் வாழும் போது, அன்பும் மன்னிப்பும் தினசரி பழக்கமாக வேண்டும். எப்போதும் நம் உணர்வுகள் வலிக்கும்போது, நம் முடிவு அதற்குப் பொருந்தாமல் இருக்கும். ஆனால், நாம் தேவனிலுள்ள விசுவாசத்தினாலும், அவருடைய கட்டளைகளுக்குக் கீழ்ப்படிதலுமாக மன்னிக்கிறோம். மனமும் சித்தமும் மட்டுமல்ல, இதயத்திலிருந்தும் மன்னிப்பது இன்னும் ஆழமானது. இது அன்பிலிருந்து பிறக்கும் மன்னிப்பு.

நம் அன்பைத் தடுக்கும் விஷயங்களை நாம் மனமுவந்து கைவிட வேண்டும் என்று கடவுள் விரும்புகிறார். காயமும் மனக்கசப்பும் கோபத்தையும் பெருமையையும் தூண்டும் அதே வேளையில், இந்த சுமைகளைத் தள்ளிவிடுவது நம் இருதயங்களை பரிசுத்த ஆவியின் கனியான சாந்தம், பொறுமை மற்றும் அன்பால் பணிவுடன் பாய அனுமதிக்கிறது. கோபத்தையும் மனக்கசப்பையும் கைவிடுவது மற்றவர்களுடன் அன்பில் தொடர்புகொள்வதற்கு மிக முக்கியமானது. இதனால்தான் நம் இருதயங்கள் அன்பில் முழுமையாக நடப்பதைத் தடுக்கும் அனைத்தையும் அகற்றுவதில் நமது ஆரோக்கியமான இருதயப் பரிசோதனைகள் மிகவும் உதவியாக இருக்கின்றன. எல்லாவற்றிற்கும் மேலாக, இயேசு நமக்காக மரித்ததற்குக் காரணம் அன்புதான். 'ஒருவரையொருவர் தாங்கி, ஒருவர் மீது ஒருவர் குறை இருந்தால், ஒருவருக்கொருவர் மன்னித்து, கிறிஸ்து உங்களை மன்னித்தது போல, நீங்களும் அவ்வாறு செய்ய வேண்டும்' (கொலோசெயர் 3:13 தமிழ் ESV). நீங்கள் ஒருவரையொருவர் சகித்துக்கொண்டு, ஒருவருக்கு மற்றொருவரிடம் குறைபாடு இருந்தால், கிறிஸ்து உங்களை மன்னித்ததுபோல ஒருவருக்கொருவர் மன்னியுங்கள்" (கொலோசெயர் 3:13, தமிழ் ESV).

ஒன்றிணைந்து அமைதியில் வாழுதல்

இதோ, சகோதரர் ஒருமித்து வாழுவது எவ்வளவு நன்மையும் எவ்வளவு இன்பமும் ஆகிறது! அது ஆரோனுடைய தலைமேல் ஊற்றப்பட்டு, அவன் தாடியில் வழிந்து, அவன் அங்கியில் இறங்குகிற நல்ல தைலம் போலவும், எர்மோன் பனி சீயோன் பர்வதங்களில் இறங்குவது போலவும் இருக்கிறது. அங்கே கர்த்தர் ஆசீர்வாதத்தையும், நித்திய வாழ்வையும் கட்டளையிடுகிறார். (சங்கீதம் 133 தமிழ் ESV).

நாம் ஒருவருடனொருவர் ஒன்றுபட்டு வாழும் போது, அது தேவனுக்குப் பொக்கிஷமானதாகும். அது பரிசுத்த ஆவியின் தைலம் நம்மை ஒரு சமூகமாக நனைக்க அனுமதிக்கிறது. தலைக்கும் முகத்துக்கும் கீழே பாயும் தைலத்தின் நிறைந்த உருவம், தேவனுடைய சபை தலைவர்களிலிருந்து உறுப்பினர்கள் வரை ஒற்றுமையுடன் வாழ்வதைச் சின்னமாகக் காட்டுகிறது. பரிசுத்த ஆவியின் அபிஷேகம் நம்மை ஆசீர்வதிக்கிறது, வல்லமையூட்டுகிறது, செழிப்பூட்டுகிறது. நம்மில் ஒவ்வொருவருக்கும் தனித்துவமான ஆர்வங்கள், வரங்கள், திறமைகள், ஆசைகள் இருந்தாலும், நாம் ஒரே இருதயமுள்ளவர்களாக ஒன்றுபட்டு வாழ முடியும். தனித்துவம் வாய்ந்த பலரால் ஒரு இருதயம் உருவாகும் போது, தேவன் அந்தக் குழுவின் மேல் தமது ஆசீர்வாதத்தை ஆணையிடுகிறார். அவர் தரும் இந்த அபிஷேக ஆசீர்வாதம் வழிகாட்டும் திசையையும், எழுப்புதலையும், குணமளிப்பையும், முன்னேற்றத்தையும் கொண்டுவருகிறது.

சபைகளிலும், வேலைத்தலங்களிலும், குடும்பங்களிலும், பிறருக்காக நம் அகந்தையை வைப்பதன் மூலம் நம் ஒற்றுமை உண்மையில் தேவனுடைய ஆசீர்வாதத்தை கட்டளையிடுகிறது. உண்மையில், எதையாவது செய்வதில் நம் சொந்த விருப்பத்தை விட்டுவிட்டு, பிறருடைய விருப்பத்தைக் கடைப்பிடிப்பதற்கு தாழ்மையும், சாந்தத்தையும், பொறுமையும் தேவைப்படுகின்றன. எனினும், பவுல் நமக்கு இவ்வாறு போதிக்கிறார்: ”கடவுளின் பயத்தில் ஒருவருக்கொருவர் கீழ்ப்படியுங்கள்” (எபேசியர் 5:21, தமிழ் ESV). சபையிலோ இல்லத்திலோ, இதை மனப்பூர்வமாகச் செய்ய நம் அகந்தையை தூர வைக்க வேண்டியதென்று நாம் அறிந்திருக்க வேண்டியது அவசியம். அது நம் சபைத் தலைவராக இருந்தாலும், துணையாக இருந்தாலும், நண்பராக இருந்தாலும், குடும்ப உறுப்பினராக இருந்தாலும், சில நேரங்களில் ஞானம் நம்மை ஒருவருக்கொருவர் கீழ்ப்படிவதற்குத் தூண்டுகிறது. நாம் அவ்வாறு செய்வோமெனில், தேவனுடைய அபிஷேகம் அந்த ஒற்றுமையிலும் சமாதானத்திலும் இருந்து நிறைவாக பாயும். ”எந்த இராஜ்யமும் தனக்குள்ளே பிரிந்திருந்தால் அது பாழடைந்துவிடும். எந்த நகரமும் அல்லது குடும்பமும் தனக்குள்ளே பிரிந்திருந்தால் அது நிற்காது”

(மத்தேயு 12:25 தமிழ் ESV) என்ற இயேசுவின் வார்த்தைகளை நினைவில் கொள்ளுங்கள். பெருமையுடன் நம் வாழ்க்கையை நடத்துவதற்கான விலைக்கிரயம் செலுத்த முடியாத அளவுக்கு அதிகமாகும், ஏனெனில் அது அழிவுக்கு வழிவகுக்கிறது - பாழடைந்த குடும்பங்கள், பாழடைந்த திருச்சபைகள், நட்புக் குழுக்கள், வணிகங்கள் மற்றும் அரசாங்கங்கள். இருப்பினும், மேலும் நாம் நம்மைத் தாழ்த்தி வேண்டுமென்றே ஒற்றுமையைத் தேடும்போது பிரிவினை மூடப்படுகிறது, அதன் வேகம் இழக்கப்படுகிறது. இதிலிருந்து வரும் ஆசீர்வாதம் நமது அன்றாட வாழ்க்கையிலும், நமது தொடர்புகளிலும், நமது ஆத்துமாக்களிலும் அமைதி, இந்த அமைதி பரிசுத்த ஆவியின் கனியாகும்.

அன்போடு சத்தியத்தைச் சொல்லுதல்

உண்மையையும் கருத்தையும் பிரிப்பது கடினம் என்று தோன்றும் ஒரு தலைமுறையில் நாம் வாழ்கிறோம். ஒவ்வொருவருக்கும் அவரவர் உண்மையைத் தேர்ந்தெடுக்க உரிமை உண்டு என்ற உணர்வு உள்ளது, இது அவர்களின் கருத்தை அனைவரும் கடைப்பிடிக்க வேண்டிய உண்மையாக ஆக்குகிறது. இருப்பினும், கருத்து நம்மை விடுவிக்கும் வல்லமையுடையது அல்ல. இயேசு சத்தியத்தின் தலைப்பையும் விசுவாசிகளாகிய நமக்கு அதன் முக்கியத்துவத்தையும் குறிப்பிடுகிறார். ‘எனவே இயேசு தம்மை நம்பிய யூதர்களிடம், “நீங்கள் என் உபதேசத்தில் நிலைத்திருந்தால், உண்மையாகவே என் சீஷராயிருப்பீர்கள். அப்பொழுது சத்தியத்தை அறிந்துகொள்வீர்கள், சத்தியம் உங்களை விடுதலையாக்கும்” என்று கூறினார். (யோவான் 8:31–32 தமிழ் ESV). இங்கே, இயேசு தம்முடைய சீடர்களாக இருக்க, நாம் அவருடைய வார்த்தையில் நிலைத்திருக்க வேண்டும் என்று கற்பிக்கிறார், அதை வேதம் என்று நாம் அறிந்திருக்கிறோம். நாம் நிலைத்திருக்க, அதாவது வாழ, சத்தியத்தை அறியும் பகுத்தறிவு நமக்கு இருக்க வேண்டும். நமது வேதத்தின் பக்கங்களில் காணப்படும் இந்த உண்மை நம் வாழ்க்கையில் ஒரு திசைகாட்டியாகச் செயல்படுகிறது, அன்றாட தொடர்புகள் மற்றும் உறவுகளில் நமது முடிவுகளை வழிநடத்துகிறது. நாம் தேவனுடைய வார்த்தையில் வாழும்போது, இந்த தலைமுறையில் நாம் எதிர்கொள்ளும் பெரும்பாலான ஏமாற்றங்களிலிருந்து அது நம்மை விடுவிக்கிறது.

சாத்தானின் சூழ்ச்சிகளுக்கு எதிராக நாம் உறுதியாக நிற்கும்போது, நாம் அணிய வேண்டிய ஒரு ஆயுதமாக பவுல் சத்தியத்தைப் பயன்படுத்துகிறார். அவர் பின்வருமாறு பகிர்ந்து கொள்கிறார், ”ஆகையால், உண்மையை இடைக்கச்சையாகக் கட்டிக்கொண்டு, நீதியை மார்புக்கவசமாக அணிந்து நில்லுங்கள்” (எபேசியர் 6:14 தமிழ் ESV). சத்தியத்தின் கச்சையை வைப்பது நீதியின் மார்புக் கவசத்தைத் தாங்கி நிற்கிறது என்பது சுவாரஸ்யமானது, இது சத்தியத்தில் வாழ்வது நம்மை நீதியில் நடக்க உதவுகிறது என்பதை வெளிப்படுத்துகிறது. நம்

வாழ்க்கையில் உண்மையிலேயே நீதியை நிலைநிறுத்த முதலில் நாம் சத்தியத்தைப் பயன்படுத்த வேண்டும்.

நம்மைச் சுற்றியுள்ளவர்களிடம் அன்பு இல்லாமல் நாம் ஒருபோதும் தேவனுடைய வார்த்தையைப் பேசக்கூடாது. நாம் அப்படிச் செய்தால், நம் செய்தியிலிருந்து மக்களைத் திருப்புகிறோம். பவுல் இதை இவ்வாறு கூறுகிறார்: ”நான் மனிதர்களின் மொழிகளையும் தேவதூதர்களின் மொழிகளையும் பேசினாலும், எனக்கு அன்பு இல்லையென்றால், சத்தமிடும் வெண்கலம்போல், சத்தமிடும் கைத்தாளம் போலிருப்பேன்” (1 கொரிந்தியர் 13:1 தமிழ் ESV). கிறிஸ்துவின் நற்செய்தி என்ற மகிழ்ச்சியை நம் இருதயங்களில் சுமக்க வேண்டும்! ”அனுப்பப்படாவிட்டால் எப்படிப் பிரசங்கிப்பார்கள்? நற்செய்தியை அறிவிப்பவர்களின் பாதங்கள் எவ்வளவு அழகானவை என்று எழுதப்பட்டிருக்கிறதே!” என்று பரிசுத்த வேதாகமம் கூறுகிறது (ரோமர் 10:15 தமிழ் ESV).

மற்றவர்களுடன் அன்புடன் சத்தியத்தின் செய்தியைப் பகிர்ந்து கொள்ள நாம் தயாராக இருப்பது போலவே, சில சமயங்களில் அன்புடன் சத்தியத்தின் வார்த்தையைப் பெறுவதும் ஞானமானது. இது நம்மை உண்மையிலேயே சீடர்களாக வளர உதவுகிறது. நம் வளர்ச்சிக்காக திருத்தங்களை வழங்க தயாராக இருக்கும் ஒருவரைக் கொண்டிருப்பது, குறிப்பாக அவர்கள் நம் மீதுள்ள அன்பினால் அவ்வாறு செய்யும்போது மிகவும் மதிப்புமிக்கது. வேதம் இதைப் பற்றி நிறைய கூறுகிறது, திருத்தப்படுவதன் நன்மைகளைக் குறிக்கும் ஏராளமான வசனங்கள் உள்ளன. மக்கள் நம் வாழ்க்கையில் அன்புடன் பேசவும், நமக்கு வழிகாட்டவும், நம்மைக் கண்டிக்கவும் அனுமதித்தால், நாம் வளர்ந்து நம் விசுவாசத்தில் முதிர்ச்சியடைய முடியும். ’தற்போதைக்கு, ஒழுக்கம் இனிமையாக இருப்பதற்குப் பதிலாக வேதனையாகத் தெரிகிறது, ஆனால் பின்னர் அது அதன் மூலம் பயிற்றுவிக்கப்பட்டவர்களுக்கு அமைதி மற்றும் நீதியின் அறுவடையைத் தருகிறது’ (எபிரெயர் 12:11 தமிழ் ESV).

நீங்கள் ஒரு சீடராக தொடர்ந்து வளரும்போது, தேவன் உங்களைச் சீடராக நிலைநிறுத்தும் உங்களைச் சுற்றியுள்ள மக்களை நோக்கி உங்கள் கண்கள் திறக்கும். இதைச் செய்யும்போது, அவர்களை ஊக்குவிக்கவும், அவர்களுடன் ஜெபிக்கவும், அவர்களின் வாழ்க்கையில் நீங்கள் காணும் திறனை முன்னிலைப்படுத்தவும், அவர்களின் வரங்களை அங்கீகரிக்கவும், அவர்களை வளர்க்க உதவும் திருத்தங்களை வழங்கவும் அவர்களுடன் ஒரு முழுமையான உண்மையைப் பகிர்ந்து கொள்ள விருப்பமுள்ளவர்களாக இருங்கள். நீங்கள் அன்பில் சத்தியத்தைப் பேசும்போது இந்த அற்புதமான நினைவூட்டலை நினைவில் கொள்ளுங்கள்: ’சிலர் வழக்கமாகச் செய்வது போல, ஒருவருக்கொருவர் கூடிவருவதை விட்டுவிடாமல், ஒருவருக்கொருவர் ஊக்கப்படுத்தி, அன்புக்கும் நற்செயல்களுக்கும் எவ்வாறு தூண்டலாம் என்பதைக் கருத்தில் கொள்வோம் - நாள்

ஜெபம் என்பது தேவனுடன் உரையாடுவதுதான், இதை நாம் எண்ணற்ற வழிகளில் செய்யலாம். சில சமயங்களில் வார்த்தைகளால், சில சமயங்களில் ஒலிகளால் அல்லது கண்ணீருடன். நாம் பெரும்பாலும் நன்றி செலுத்துவதன் மூலமும் நன்றியுணர்வை வெளிப்படுத்துவதன் மூலமும், சில சமயங்களில் நமது பிரச்சனைகளைப் பகிர்ந்து கொள்வதன் மூலமும், நமது தேவைகளையும் மற்றவர்களின் தேவைகளையும் கேட்பதன் மூலமும் தொடங்குகிறோம். இருப்பினும், எந்தவொரு இருவழி உரையாடலிலும், மற்ற நபரிடம் கேட்டுப் பெற வேண்டிய அவசியமும் உள்ளது. தேவன் நாம் அவருடன் ஈடுபட வேண்டும் என்று விரும்பும் ஒரு வழி, அவர் தேவன் என்பதை அறிந்துகொள்வது. தாவீது, ”நீங்கள் அமர்ந்திருந்து, நானே தேவனென்று அறிந்துகொள்ளுங்கள், ஜாதிகளுக்குள்ளே உயர்ந்திருப்பேன், பூமியிலே உயர்ந்திருப்பேன்” (சங்கீதம் 46:10 தமிழ் ESV) என்று கற்பித்தாஇது தான் நாம் தேவனிடமிருந்து பெற்றுக்கொள்ளும் நேரம். நான் தேவனிடத்தில் வரும்போது, அமைதியாக நின்று, உன்னிப்பாக என்னைச் சாந்தமாக்கும்போது, அவர் சன்னிதியை உணருகிறேன். அந்தச் சன்னிதியில், என் இருதயம் தேவனை ஆராதிக்க முடிகிறது. அந்த நேரத்தில், என் ஆத்துமா ஏங்கிப் பெற விரும்புகிறவற்றால் அவர் என்னை நிரப்புகிறார். நான் கவலைப்பட்டால், அவர் என்னை சமாதானத்தால் நிரப்புகிறார், நான் சோர்வாக இருந்தால், அவர் என்னை நம்பிக்கையால் நிரப்புகிறார். இயேசு பூமியில் தமது ஊழியத்தின் போது சமாரிய பெண்ணிடம் இவ்வாறு சொன்னார்: ”எந்தத் தண்ணீரை நான் அவருக்குத் தருகிறேனோ, அது அவருக்குள் என்றென்றும் ஜீவனுள்ள ஊற்றாக நித்தியமாக பொங்கும்” (யோவான் 4:14, தமிழ் ESV). பரிசுத்த ஆவியினால், ஜெபத்தில் நம்மை தேவன் வலுப்படுத்துகிறார், மேலும் நம் தேவனுடன் கொண்ட உறவு முதிர்ச்சியடைகிறது. நாம் தேவனுடைய குணாதிசயத்தை நெருக்கமாக அறிந்து, அவருடைய வல்லமையும், அவரைச் அடையும் எல்லையும் அளவற்றவை என்பதை உணர்கிறோம்.

கிறிஸ்துவ விசுவாச நண்பர்களைத் தேர்ந்தெடுத்து கொள்ளுதல், நம் விசுவாசத்தில் முதிர்ச்சியடைய இன்னொரு முக்கியமான வழியாகும். உலகில் வாழ்ந்த பெரும் ஞானியான இராஜாவாகிய சாலொமோன் இவ்வாறு கூறுகிறார்: ”இரும்பு இரும்பைக் கூர்மையாக்குகிறது, அப்படியே ஒரு மனிதன் தன் நண்பனின் முகத்தைக் கூர்மையாக்குகிறது” (நீதிமொழிகள் 27:17, தமிழ் ESV). இது, நம்மை வடிவமைக்கும் மக்களின் குணாதிசயத்தின் தரத்தை குறிக்கிறது. குறைந்த குணாதிசயமுள்ள மக்களோடு நாம் நேரம் செலவிட்டால், அவர்களுடைய குணாதிசயத்தால் நாமும் பாதிக்கப்படுவோம். ஆனால், இரும்பைப் போல் சிறந்த குணாதிசயங்களை உடையவர்களோடு நாம்

நெருங்கி வருவதை நீங்கள் காணும்போது இன்னும் அதிகமாக' (எபிரெயர் 10:24-25 தமிழ் ESV).

கிறிஸ்துவின் சாயலில் வளர்ந்து விசுவாசத்தில் முதிர்ச்சி அடைவது

கிறிஸ்துவின் சீடராக வளர்வதைப் பற்றி பவுல் பேசுகிறார். நம்முடைய விசுவாசத்தில் குழந்தைகளாக இருக்கக்கூடாது என்று எச்சரிக்கிறார், பொய்யான போதனைகளால் எளிதில் ஏமாறக் கூடாது. அதற்குப் பதிலாக, விசுவாசிகள் தங்கள் விசுவாசத்தில் முதிர்ச்சி பெற்று, தொடர்ந்து இயேசுவின் சாயலாக மாற்றப்பட வேண்டும் என்று அறிவுறுத்துகிறார். கிறிஸ்துவில் வளர்ச்சி என்பது வேதத்தில் வரும் அவருடைய வாக்கின் மூலம் கிறிஸ்துவை அறிதலில்தான் உந்தப்படுகிறது.

ஒருவரின் சாயலில் மாற்றப்படுவது அவரை அறிந்து, அவரின் சாயலில் மாற்றப்படுவதுடன் சம்பந்தப்பட்டதாகும். இதன் மூலம் நாமே கிறிஸ்துவின் இயல்பு, மதிப்புகள் மற்றும் நடத்தைப்பற்றி அறிகிறோம். கிறிஸ்து தேவனை, மக்களை, சாத்தானை, பாவத்தை எவ்வாறு சந்திக்கிறார், தொடர்பு கொள்கிறார், எதிர்வினை செய்கிறார் என்பதையும் கற்றுக்கொள்கிறோம். இயேசுவை நாம் சுவிசேஷங்களில் மட்டும் காண்பதில்லை, மாறாக, முழு வேதாகமத்தையும் ஆராயும் போது, இயேசுவே வார்த்தை என்றும், ஒவ்வொரு புத்தகமும் கிறிஸ்துவை சுட்டிக்காட்டுகிறது என்றும் கண்டுபிடிக்கிறோம். நாம் விரும்பினால், வேதாகமத்தை வாசிக்கும் நம்முடைய நேரம் பரிசுத்த ஆவியாருடன் நெருக்கமானதும் செறிவானதுமான ஒரு கண்டுபிடிப்பாக இருக்க முடியும். பரிசுத்த ஆவியானவரின் உதவியோடு வாசிக்கும்போது, அது விருந்தோம்பலான அனுபவமாக மாறுகிறது. "அவர் இரகசியமானவைகளை வெளிப்படுத்துகிறார், இருளில் என்ன இருக்கிறது என்பதை அவர் அறிந்திருக்கிறார், அவரிடம் ஒளி விளங்குகிறது" (தானியேல் 2:22 தமிழ் ESV).

ஜெபம்

நாம் ஜெபிக்கும்போது, நம்மால் செய்ய முடியாதவற்றை தேவன் செய்ய முடியும் என்று நம்புகிறோம். நமது இருதயங்கள் தேவனுடைய மகத்துவத்தை நினைவுபடுத்திக் கொண்டு, அவருடைய அதிகாரமுள்ள ஆற்றலோடு ஒன்று சேர்கின்றன. நாம் பலவீனமாக இருக்கும்போது தேவன் வல்லமையானவர் என்பதை அறிந்து அவரிடத்தில் வருகிறோம். அவருடைய சந்நிதியின் உணர்வும் நமது ஜெபங்களுக்கு கிடைக்கும் விடைகளும் நம் விசுவாசத்தை ஊக்குவித்து வளர்க்கிறது, மேலும் தேவனுடைய எல்லையற்ற திறனைப்பற்றிய நம்முடைய விழிப்புணர்வும் அதிகரிக்கிறது.

நேரத்தை முதலீடு செய்தால், அவர்கள் நம்மை வடிவமைத்து, கூர்மைப்படுத்துவார்கள், அதன் விளைவாக நம் குணாதிசயமும் உயர்ந்த மதிப்புடையதாக இருக்கும்.

கிறிஸ்துவின் சாயலில் வளருதல்

விசுவாசிகளின் ஒரு குழுவாக கிறிஸ்துவின் சாயலில் ஒன்றாக வளர்ந்து முதிர்ச்சியடைய நாம் படைக்கப்பட்டோம். வேதமானது பெரும்பாலும் விசுவாசிகளின் கூட்டுக் குழுவை கிறிஸ்துவின் சரீரம் என்று குறிப்பிடுகிறது. கற்றுக்கொள்ளவும் வளரவும் ஒரு பைபிள் படிப்புக் குழுவைக் கண்டுபிடிப்பது கிறிஸ்தவர்கள் தங்கள் விசுவாசத்தை முதிர்ச்சியடையச் செய்வதற்கும் கிறிஸ்துவைப் போல மாறுவதற்கும் ஒரு குறிப்பிடத்தக்க உதவியாகும். பவுல் விசுவாசிகளாக ஒன்றாகச் சந்திப்பதன் முக்கியத்துவத்தைப் பற்றிப் பேசினார், 'சிலர் வழக்கமாகச் செய்வது போல, ஒன்றாகக் கூடுவதை விட்டுவிடாமல், ஒருவருக்கொருவர் ஊக்கப்படுத்துங்கள் - மேலும் நாள் நெருங்கி வருவதை நீங்கள் காணும்போது இன்னும் அதிகமாக' (எபிரெயர் 10:25 NIV). ஒன்றாகச் சந்திப்பது என்பது நாம் ஒரு துடிப்பான நெருப்பைப் போல ஒன்றாக பிரகாசிப்பதைக் குறிக்கிறது. ஒவ்வொரு நபரும் வாழ்க்கையின் சவால்களைக் கடந்து செல்லும்போது, அவர்கள் பக்கவாட்டில் விழுந்து குளிர்ச்சியடைவதில்லை. அதற்கு பதிலாக, ஒவ்வொரு நபரும் தனிநபர்கள், தம்பதிகள் மற்றும் குடும்பங்களுக்காக ஜெபிக்கவும், பராமரிக்கவும், ஊக்குவிக்கவும் அவர்கள் தங்கள் விசுவாசத்தில் ஊக்குவிக்கப்படுகிறார்கள்.

அன்பில் திருச்சபையைக் கட்டி எழுப்புதல்

இயேசு தனிப்பட்டவர்களுக்காக மட்டுமல்ல, அனைவரும் பகிர்ந்துகொள்ளும் கிறிஸ்தவ சரீரத்திற்காகவும் உயிரைக் கொடுத்தார். திருச்சபைக்கான அவரது பாசமும், அன்பும் ஆழமானதாகும். சில திருச்சபைகள் பகுதி நிலையாக்கி, தங்கள் கூட்டுக்குழுக்களை அல்லது தனிப்பட்ட திட்டங்களை விருத்தி செய்வதில் கவனம் செலுத்துகின்றன. ஒவ்வொரு திருச்சபையும் கிறிஸ்துவின் சரீரத்தின் ஒரு பகுதி என்பதை மறந்து விடுவது எளிது. பல திருச்சபைகள் ஒன்றிணைந்துக்கொள்ளும் போது, அவர்களது பரப்புலக நலனுக்காக ஒருமித்த அன்பையும் ஜெபத்தையையும் பகிர்ந்துகொள்வது ஒரு நகரம் அல்லது பிராந்தியத்துக்கு மிகுந்த ஆற்றலைக் கொண்டு வருகிறது. பவுல் இவ்வாறு கற்றுக்கொடுக்கிறார், ”கணவன்மார்களே, கிறிஸ்துவின் சபையை நீங்கள் நேசித்ததுபோல உங்கள் மனைவிகளை நேசியுங்கள்” (எபேசியர் 5:25 தமிழ் ESV). அவரது அன்பு ஒரு திருச்சபைக்கானதல்ல, முழு திருச்சபைக்கும் என்பது எனது குறிப்பு.

ஒவ்வொரு கிறிஸ்தவரும் தங்கள் வாழ்க்கையில் கற்றுக்கொள்ள யாராவது ஒருவர் இருக்க வேண்டும் என்று நான் ஊக்குவிக்கிறேன் - அவர்கள் தவறாமல் சந்திக்கக்கூடிய ஒரு வழிகாட்டி. என் வாழ்நாள் முழுவதும் எனக்கு சில வித்தியாசமான வழிகாட்டிகள் இருந்திருக்கிறார்கள். பல ஆண்டுகளாக, ஒரு ஜெபத் தலைவி என்னை வழிநடத்தினார், மற்றவர்களுக்காக தன்னுடன் ஜெபிக்க அழைத்தார். இந்த ஆண்டுகளில் அவள் எனக்குக் கற்பித்தாள், நான் என் விசுவாசத்தில் வளர்ந்தபோது என் கேள்விகளுக்கு பதிலளித்தாள். அவள் ஆலோசனை வழங்கினார், அவருடைய ஞானத்தையும் நுண்ணறிவுகளையும் பகிர்ந்து கொண்டார். கூடுதலாக, நாங்கள் ஜெபித்த மக்களுக்கு அடிமைத்தனத்தின் பகுதிகளை நிவர்த்தி செய்யும் ஆன்மீகக் கொள்கைகளைப் பற்றி அவர் எனக்குக் கற்றுக் கொடுத்தார். இந்தப் பகுதியில் ஒரு வழிகாட்டி இல்லாமல் நான் உண்மையிலேயே ஜெபத்தில் வளர்ந்திருக்க மாட்டேன், என் கற்றல் பயணத்தில் அவர் வேண்டுமென்றே நேரத்தையும் பொறுமையையும் முதலீடு செய்ததற்கு நான் மிகவும் நன்றியுள்ளவனாக இருக்கிறேன். எனது தற்போதைய வழிகாட்டி பல ஆண்டுகளாக எனது வளர்ச்சியில் முதலீடு செய்துள்ளார், ஆரம்பத்தில் தலைமைத்துவம், வேத வாசிப்பு மற்றும் பிரசங்கத்தில் குழு வழிகாட்டுதலை வழங்குகிறார். அவர் இப்போது என் சூழ்நிலைகளின் உயர் மற்றும் தாழ்வுகளின் போது என்னைத் தொடர்புகொண்டு, கேட்டு, ஞானத்தைப் பகிர்ந்து கொண்டு வருகிறார், தொடர்ந்து கேள்விகள் மற்றும் ஆலோசனைகளுக்காக நான் திரும்பக்கூடிய ஒருவராக இருக்கிறார். இவர்களைப் போன்றவர்கள் விலைமதிப்பற்றவர்கள் மற்றும் இயேசுவின் சீடர்களின் வளர்ச்சியில்

குறிப்பிடத்தக்க தாக்கத்தை ஏற்படுத்துகிறார்கள். மற்றவர்கள் நம்மில் முதலீடு செய்வது போல, நாமும் இளைய கிறிஸ்தவர்களுக்கு வழிகாட்டவும், அவர்கள் இயேசுவின் சாயலில் மேலும் மேலும் வளர உதவவும் தயாராக இருக்க வேண்டும்.

ஒரு முதிர்ச்சியடைந்த கிறிஸ்தவரின் ஒரு அடையாளம், அவர்கள் தங்கள் அடையாளத்தில் வைத்திருக்கும் பாதுகாப்பு. எதையும் நிரூபிக்க முயற்சிக்காத வகையில் அவர்கள் தங்களைத் தாங்களே நடத்திக் கொள்கிறார்கள். நீங்கள் அவர்களை எவ்வளவு காலம் அறிந்திருக்கிறீர்களோ, அவ்வளவு அதிகமாக அவர்கள் மென்மையான நம்பிக்கையுடன் இருப்பதை நீங்கள் காண்கிறீர்கள். குற்றம் சாட்டப்பட்டாலும், அவர்கள் தங்களைத் தற்காத்துக் கொள்ள மெதுவாக இருக்கிறார்கள், ஏனென்றால் அவர்கள் பாதுகாப்பற்றவர்கள் அல்ல. அவர்கள் பேச காத்திருக்கிறார்கள், அவர்கள் அவ்வாறு செய்யும்போது, ஞான வார்த்தைகளைப் பகிர்ந்து கொள்கிறார்கள். அவர்கள் யார் என்பதை அவர்கள் அறிவார்கள், ஆனால் மிக முக்கியமாக, அவர்கள் யாருடையது என்பதை அவர்கள் அறிவார்கள்: அவர்கள் உன்னதமான தேவனின் பிள்ளைகள்.

அன்பில் திருச்சபையைக் கட்டியெழுப்புதல்

இயேசு தனிநபர்களுக்காக மட்டுமல்ல, விசுவாசிகளின் கூட்டு அமைப்பாகவும் திருச்சபைக்காக இறந்தார். அவரது உந்துதல் திருச்சபையின் மீதான ஆழமான அன்பும் பாசமும் ஆகும். சில திருச்சபைகள் பிராந்தியமாக மாறி, தங்கள் சபைகளை வளர்ப்பதில் அல்லது தனிப்பட்ட திட்டங்களை வளர்ப்பதில் கவனம் செலுத்துகின்றன. ஒவ்வொரு திருச்சபையும் மிகப் பெரிய ஐக்கியத்தின் ஒரு பகுதி என்பதை மறந்துவிடுவது எளிது. தனிப்பட்ட திருச்சபைகள் ஒன்றுகூடி தங்கள் பரந்த பகுதியில் உள்ள மக்களிடம் ஒன்றுபட்ட அன்பைப் பகிர்ந்து கொள்ளும்போது அது ஒரு நகரம் அல்லது பிராந்தியத்திற்கு மிகவும் சக்தி வாய்ந்தது. பவுல், கணவர்களே, உங்கள் மனைவியரை உங்கள் சொந்த சரீரங்களைப் போல நேசியுங்கள், கிறிஸ்து சபையை நேசித்தது போலவே, அவருக்கும் உங்கள் மனைவிக்கும் நீங்கள் செய்கிறீர்கள். (எபேசியர் 5:25 தமிழ் ESV) என்று கற்பித்தார். அவரது அன்பு ஒரு திருச்சபையின் மீது அல்ல, முழு திருச்சபையின் மீதும் ஒரு கூட்டு அமைப்பாக இருந்தது.

முதிர்ந்த கிறிஸ்தவர்கள் பல வேவ்வேறு சமயசார்புகளுக்குள் இருக்கும் வேறுபாடுகளை மதித்து, வெவ்வேறு வழிபாடு மற்றும் ஜெப முறைகளை பாராட்டுவார்கள். அவர்கள் சபை பிரிவுகளின் விசுவாச நடைமுறைகளின் வெவ்வேறு வெளிப்பாடுகளையும் உணர்கின்றனர். திருச்சபையின் இருதயமாக இயேசு இருப்பதால், நாம் ஒருவருக்கொருவர் அன்பில் உந்தி, ஒட்டுமொத்தமாக வளர்ந்து,

முதிர்ச்சியடைந்திருப்போம். ஒரு சபையாக, தனிநபர்கள் கிறிஸ்துவில் ஒரே 'ஐக்கியமாக' மாறுகிறார்கள். தேவனுக்கு முன்பாக நாம் நிலைநிறுத்தப்படுவது பூமிக்குரிய பிரிவினைகளின் பிரிக்கும் கோட்டைக் கடந்து செல்கிறது. அதற்கு பதிலாக, இயேசுவின் அடையாளத்தை நாம் ஏற்றுக்கொள்கிறோம், இது நம்மைப் பிரித்த முந்தைய அடையாளங்களை விட முக்கியமானது. இதனால்தான் யூதர்களும் யூதரல்லாதவர்களும் தேவனின் கிருபையைப் பெற முடியும் என்பதை ஏற்றுக்கொள்ள போராடிக்கொண்டிருந்த கலாத்திய திருச்சபையிடம் பவுல், "அங்கே யூதரோ கிரேக்கரோ இல்லை, அங்கே அடிமையோ சுதந்திரமானவனோ இல்லை, அங்கே ஆண்பெண்ணோ இல்லை. ஏனெனில், கிறிஸ்து இயேசுவில் நீங்கள் அனைவரும் ஒன்றாக இருக்கிறீர்கள்" (கலாத்தியர் 3:28 தமிழ் ESV) என்று கூறினார்.

நமது அன்பின் மூலம் நாம் நமது வீட்டுத் திருச்சபைகளில் ஊழியம் செய்து திருச்சபையை கட்டி எழுப்புகிறோம். நமது ஆவிக்குரிய செல்வங்களும் தனித்துவமான திறன்களும் மக்களை ஊக்குவிப்பதில் மகத்தான பயனுடையவையாகும். வாசலில் நின்று வரவேற்தல், கார்ப்பார்க்கில் உதவுதல், ஆராதனை அணி பாடல், குழந்தைகள் பணியில் சேவை, போதனை, அல்லது வேறு எந்த சேவை தன்மையிலும், இவை எல்லாம் மக்களை பலப்படுத்தும் நோக்கத்தோடு நடத்தப்பட்டுள்ளது, அது திருச்சபையை கட்டுகிறது. அன்புடன் நாம் சேவை செய்யும்போது, நாமும் ஒரே இருதயத்தோடு ஒருமித்து, இயேசுவின் அன்பின் திருச்சபையைப் பாதுகாத்து, பரிசுத்த ஆவியின் அன்பு, சாந்தம், பொறுமை போன்ற பண்புகளை பயிற்றுவிப்போம், இது எளிதாக பரிசுத்த ஆவியிடமிருந்து கிருபை விரிவாக்கத்திற்கு வழிவகுக்கும்.

அதிகாரம் 8

திருமணம்

திருமணம் குறித்த எனது கற்றல்களில் பெரும்பாலானவை எதைச் செய்யக்கூடாது என்பதிலிருந்துதான் ஆரம்பமானது! அநியாயங்களுக்கு எதிராகச் செயல்படுவதில் நான் எனது ஆற்றலை நிறைய முதலீடு செய்தேன். புரிதலிலும் பொறுமையிலும் முதலீடு செய்திருந்தால் எவ்வளவு நன்றாக இருந்திருக்கும்! இப்போது தான் புரிகிறது – எனது சொற்களும் நடத்தைகளும் எவ்வாறு சாத்தானுக்கு எங்கள் திருமணத்தில் இடம் கொடுக்க அனுமதி அளித்தன என்று. நான் நெருக்கமான, அன்பான திருமணத்தை விரும்பினேன், ஆனால் பல நாட்கள் உணர்ச்சிகளால் நடத்தப்பட்ட கடினமான பயணமாகவே இருந்தது. நிராகரிப்பின் பயம் மற்றும் உணர்ச்சி நுணுக்கம் காரணமாக, பல ”தூண்டல்கள்” அழுத்தப்பட்டன. எங்கள் திருமணத்தின் சில ஆண்டுகளுக்குப் பிறகு, எனக்கு வாழ்க்கையை மாற்றிய ஒரு வசனத்தை இன்னொரு தாய் கற்றுக் கொடுத்தார்: ‘மரணமும் ஜீவனும் நாவினுடைய அதிகாரத்திலே உள்ளன, அதை நேசிப்பவர் அதின் கனியைப் புசிப்பார்’ (நீதிமொழிகள் 18:21, தமிழ் ESV). நாம் பேசும் வார்த்தைகள் ஜீவனையும் அல்லது மரணத்தையும் உண்டாக்கும் என்பதைக் கற்றுக்கொண்டேன். இதுவே, நான் என் திருமணத்தைப் பற்றியும், என் பிள்ளைகளைப் பற்றியும், என் வாழ்க்கையின் ஒவ்வொரு பகுதியைப் பற்றியும் பேசும் முறையை மாற்றியது. இது பொய்யாகச் சொல்வது அல்ல, ஆனால் நம்பிக்கைக்கும் ஜீவனுக்கும் இடம் கொடுக்கும் வார்த்தைகளைத் தேர்ந்தெடுப்பதாகும்.

ஞானத்தின் வார்த்தைகள் சுகத்தைத் தருகின்றன என்றும், உடைந்ததைச் சுகப்படுத்த தேவனுக்கு ஒருபோதும் தாமதமில்லை என்று நான் கற்றுக்கொண்டேன்.

”பட்டுப்போன சொற்கள் வாள் போல் குத்துகின்றன, ஆனால் ஞானமுள்ள நாவு குணப்படுத்துகிறது” (நீதிமொழிகள் 12:18, தமிழ் ESV). இந்த ஞான வார்த்தைகள், திருமணத்தில் ஜெபத்தையும் உள்ளடக்க வேண்டும். கணவன்-மனைவியின் விசுவாசமான ஜெபங்களே, ஒரு சாதாரண திருமணத்தை, தேவனோடு நம்பிக்கையின் அதிசயப் பயணமாக மாற்றுகின்றன.

இந்த முக்கியக் கருத்தை எங்கள் திருமணத்தில் கற்றுக்கொள்வதற்கு முன், என் கவலைகளும் பயங்களும் உருவாக்கிய வெற்று வார்த்தைகளின் விளைவுகளால் வாழ்ந்தோம். பல முறை, என் கணவர் பில் வேலைக்காக வெளிநாட்டுக்கு பயணம் செய்தபோது, நான் இளம் தாயாக இருந்தேன். என் இருதயம் பயத்தாலும், கூடவே கோபத்தாலும் கனத்திருந்தது. மூன்று பிள்ளைகளுக்கான பொறுப்பைத் தனியாகச் சுமக்கின்றேன் என்று உணர்ந்தேன். பில் வீட்டை விட்டு சென்ற சில நாள்களுக்குள் குழப்பம் வெடித்துவிடும் – கார் பழுதடைந்துவிடும், தொழில்நுட்பம் செயலிழக்கும், வீட்டில் ஒழுங்கு குலைந்துவிடும். என் பயமும் கோபமும் நிறைந்த வார்த்தைகள் எதிரிக்கு நுழைய இடைவெளியைத் தந்தன. கிறிஸ்துவின் அதிகாரத்தில் நடப்பதற்கு பதிலாக, என் இருதயம் பயமும் கசப்பும் நிரம்பி, சாத்தானின் திட்டங்களுக்கு எங்களைச் சிக்கவைத்தது. பில் திரும்பி வரும் வரை குழப்பம் தொடர்ந்தது. ஆவிக்குரிய ஒழுங்கும் இயற்கை வாழ்க்கையின் தொடர்பும் எனக்கு தெரியவில்லை. கணவன்-மனைவி உறவில் உள்ள ஆவிக்குரிய மற்றும் உடல்நிலையான கோட்பாடுகளை புரிந்துகொள்வது, தேவனுடைய ஆசீர்வாதங்களில் குடும்பம் வளரும் வகையில் மிகவும் அவசியமானது. கணவன்-மனைவி உறவு தேவனுக்கு புனிதமானதும் மதிப்புமிக்கதுமானதோடு மட்டுமல்லாமல், கிறிஸ்துவுக்கும் சபைக்கும் இடையிலான உறவின் உருவகமாகவும் உள்ளது.

கிறிஸ்து சபையைத் தமது மணவாட்டியாக நேசித்த விதமே (வெளிப்படுத்தல் 19:7–10), கணவனின் மனைவிக்கான அர்ப்பணிப்பையும், மனைவியின் மீது கணவனுக்கான அன்பையும் பிரதிபலிக்கிறது. தேவன், ஆபிரகாமுக்கும் அவரது சந்ததிக்கும் கொடுத்த உடன்படிக்கை ஆசீர்வாதங்கள், தேவனுடைய குடும்பத்திற்கும் தனிப்பட்ட குடும்பங்களுக்கும் தொடர்ச்சியான ஆசீர்வாதங்களாகவே உள்ளன. தொடக்கத்திலிருந்தே, இதுவே அவருடைய நோக்கம். ஆவிக்குரிய ஒழுங்கு, தலைமுறை ஆசீர்வாதங்களும், தனித்துவமான புதிய ஆசீர்வாதங்களும் குடும்பங்களுக்கு பாயும் முக்கிய வழியாகும்.

கணவன் மனைவி ஒற்றுமை

இயேசு கிறிஸ்துவும் சபையும் ஒன்றுபட்டது போல், பூமியில் கணவன்-மனைவி ஒருமைப்பாடு, திருமணத்தில் தேவனுடைய இரு நோக்கங்களும் இயங்குவதற்கு அவசியமாகும். முன்பு நாம் படித்தபடி, இயேசு தம் சீடர்களுக்குப் பிரிவினை மற்றும் பிளவு ஏற்படுத்தும் ஆபத்துகள் குறித்து இவ்வாறு கூறுகிறார்: “அவர்களுடைய சிந்தனைகளை அறிந்து, அவர் அவர்களை நோக்கி: தனக்குத்தானே விரோதமாய் பிரிந்திருக்கிற எந்த ராஜ்யமும் பாழாய்ப்போம்,

தனக்குத்தானே விரோதமாய் பிரிந்திருக்கிற எந்த பட்டணமும் எந்த வீடும் நிலைநிற்கமாட்டாது" (மத்தேயு 12:25, தமிழ் ESV). இந்த வசனம் திருமணத்துக்கும் பொருந்துகிறது, ஏனெனில் இயேசு இங்கு பிரிவினையின் சக்தியைப் பற்றி முக்கியக் கோட்பாட்டை கற்பிக்கிறார், எதிரியிடமிருந்து பாதுகாப்புக்காக. எதிரி ஒரு இராஜ்யம், நகரம் அல்லது வீடு தன்னை எதிர்த்து பிளவாக இருப்பதைப் பார்க்கும்போது, அதைத் தோல்வியடையச் செய்ய, அழிக்கவும், முழுமையாக வீழ்த்தவும் ஒரு வாய்ப்பாக பார்க்கிறான். இதற்காகவே திருமணச் சத்திய வாக்குறுதி, எதிரிக்கு ஆரம்பத்திலேயே நுழைய வாய்ப்பில்லை என்பதற்கு விவேகமான திட்டத்தையும் கொண்டிருக்க வேண்டும்.

பிரிந்து இருப்பது கணவன்-மனைவி ஒரே கருத்து, பார்வைகளை பகிர்வது அல்ல. உண்மையில், கருத்து மற்றும் பார்வை வேறுபாடுகள் பிரிவினையை இன்னும் வலுவானதாகச் செய்கின்றன. இந்த வேறுபாடுகளை எவ்வாறு கையாள்வது என்பது தனிநபர்களின் திறன் மற்றும் ஆயத்தம் மீது தக்கமாகிறது. ஒருவரின் வாழ்க்கைத் துணையை சந்திக்கும் முன், இந்த வேறுபாடுகளை கையாளும் திறன்கள் நீண்ட காலமாக கற்றுக்கொள்ளப்பட வேண்டும். ஒருமித்தத்தின் வலிமையைப் பூரணமாகப் புரிந்த மற்ற தம்பதிகளைப் பார்க்கச் சுட்டிக்காட்டிக் கற்றுக்கொள்ளலாம். இயேசுவைப் போற்றி மற்றும் வாழ்க்கைத் துணையைக் கௌரவிக்கும் முறையில் உறவுகளை கையாள கற்றுக்கொள்ள எப்போதும் காலம் கடந்துவிடவில்லை. பவுல் நமக்கு இவ்வாறு போதிக்கிறார்: "முழு மனத்தாழ்மையோடும், சாந்தத்தோடும், அதிக பொறுமையோடும் ஒருவரையொருவர் அன்பால் தாங்கிக்கொள்ளுங்கள். சமாதானத்திற்குரிய ஐக்கியத்தை பரிசுத்த ஆவியானவர் கொடுத்திருக்கும் ஐக்கியத்தினால் காத்துக்கொள்ளுங்கள்" (எபேசியர் 4:2–3, தமிழ் ESV).

நமது போராட்டம் நமக்கு தெரிந்த மற்றும் தெளிவானதையேப் பற்றியது அல்ல என்பதை உணர்வது அவசியம். பவுல் நமக்கு இவ்வாறு விளக்குகிறார்: "ஆதலால், நமக்கு சதை இரத்தங்களோடும், இலைகளோடு அல்ல, ஆட்சி செய்பவர்களோடும், அதிகாரிகளோடும், இந்தக் காரிருளின் ஆட்சி செய்பவர்களோடும், வான மண்டலங்களிலுள்ள தீய ஆவிகளின் சேனையோடும் போராட்டம் இருக்கிறது" (எபேசியர் 6:12, தமிழ் ESV). நாம் புதிய கார் வாங்குவது அல்லது கடனைக் கட்டுவது குறித்து வாதமாடுகிறோம் என்று நினைத்தாலும், உண்மையில் கணவன் மற்றும் மனைவிக்கு இடையேயான பிரிவை உருவாக்கும் பயம் அல்லது ஏமாற்றத்தின் சக்தியை எதிர்கொள்கிறோம்.

என் கணவரும் நானும் எங்கு வாழ வேண்டும் என்பதில் அடிக்கடி

சண்டையிடுவோம். எங்கள் முதல் குழந்தை பிறந்த பிறகு, எங்கள் பிரிவை விட நாங்கள் வளர்ந்திருந்தோம். எங்கள் வளர்ந்து வரும் குடும்பத்திற்கு அதிக இடம் தேவை என்பதில் நான் கவனம் செலுத்தினேன், நான் விசாலமான முன் அறைப் பகுதிகள் மற்றும் பெரிய படுக்கையறைகளை விரும்பினேன், அதே நேரத்தில் அவர் நிதிப் பாதுகாப்பு மற்றும் ஆபத்தைக் குறைப்பதில் அக்கறை கொண்டிருந்தார். எங்கள் ஒருவருக்கொருவர் கருத்துத் தொடர்புகள் கடுமையாகவும், அனல் பறப்பவையாகவும், விரக்தி, அவமானங்கள் மற்றும் சோர்வுற்ற, ஒருபோதும் தீர்க்கப்படாத பதற்றம் நிறைந்த ஒரு நிலையான உணர்ச்சி மகிழ்ச்சியான சுற்றுக்கு எங்களை இட்டுச் சென்றன. இரண்டு கண்ணோட்டங்களும் செல்லுபடியாகும், அது நாங்கள் ஒவ்வொருவரும் முன்னுரிமைகள் என்று கருதியவற்றிலிருந்து உருவானவை. ஒருவருக்கொருவர் உணர்வுகளை உண்மையாகக் கேட்டு, ஒருவருக்கொருவர் கவலைகளை மதிப்பிட்ட பின்னரே ஒற்றுமையைக் காண முடிந்தது. எங்களை ஒன்றிணைப்பதில் இருந்து பிரிப்பதற்குப் பதிலாக, தீர்வுகளைக் கொண்டுவருவதற்கு எங்கள் முன் இருக்கும் ஒன்றாக நாங்கள் பிரச்சினையை வடிவமைத்தபோது, இறுதியில் நாங்கள் சமரசம் செய்து, குறைந்த நிதி ஆபத்து கொண்ட ஒரு நடுத்தர அளவிலான வீட்டை வாங்கினோம், அதை நாங்களே புதுப்பித்துக் கொண்டோம். எங்கள் மோதல் வெவ்வேறு முன்னுரிமைகள் பற்றியது அல்ல, அது ஒருவருக்கொருவர் மதிக்கத் தவறியது பற்றியது. எங்கள் இருதயங்கள் தவறாக அமைக்கப்பட்டன, எதிரி எங்கள் பலவீனத்தையும் ஒருவருக்கொருவர் உணர்ச்சி விசுவாசம் மற்றும் ஒற்றுமை இல்லாததையும் சுரண்டினான்.

ஆன்மீகக் கோட்பாடுகளுக்கும் நமது உடல் நிலை யதார்த்தத்திற்கும் இடையிலான தொடர்பை நாம் புரிந்துகொண்டால், இந்த ஆன்மீகக் கோட்பாடுகளுக்கு கவனம் செலுத்தும் பணியில் முனைப்புடன் இருக்க வேண்டும். திருமணத்தில் ஆன்மீக ஒழுங்கில் கவனம் செலுத்துவதன் மூலம், நாம் உறவையும், சூழலையும், நமது பரஸ்பர தொடர்புகளில் கிருபையின் ஓட்டத்தையும் பாதுகாப்போம். திருமணத்தில் ஆன்மீக ஒழுங்கில் முயற்சிப்பது குடும்ப வாழ்க்கையின் அன்றாட சின்ன விஷயங்களுக்கு பாதுகாக்கப்பட்ட பாதையை உருவாக்குகிறது.

நமக்கு முற்றிலும் வேறுபட்ட பார்வைகள் இருக்கும் போது

பிரச்சனை உங்களுக்கு இடையில் இருக்காமல், உங்கள் முன்னால் இருக்கிறதுபோல் பொருளடக்கமாக அணுகுங்கள். உங்கள் உணர்வுகள் உண்மையானவையே, ஆனாலும் அவை உரையாடலை வழிநடத்தக் கூடாது. பவுல் இதன் முக்கியத்துவத்தை விளக்குகிறார்: ”என் அன்பான சகோதர சகோதரிகளே, இதைக் கவனியுங்கள், ஒவ்வொரு மனிதனும் கேட்பதில் தீவிரமாகவும், பேசுவதில் பொறுமையாகவும், கோபப்படுவதில் தாமதமாகவும் இருக்க வேண்டும்.

ஏனெனில், மனிதனின் கோபம் கடவுளின் நீதியை நிலைநாட்டாது" (யாக்கோபு 1:19-20, தமிழ் ESV). உங்கள் வாழ்க்கைத் துணை சொல்ல நினைப்பதை நீங்கள் எவ்வாறு புரிந்துள்ளீர்கள் என்பதை விளக்குங்கள். அதைச் சரியாகப் புரிந்தீர்களா அல்லது அவர் மேலும் ஏதாவது சொல்ல விரும்புகிறாரா என்று கேளுங்கள். "ஞானத்தைச் சம்பாதி, புத்தியையும் சம்பாதி, என் வாயின் வார்த்தைகளை மறவாமலும் விட்டு விலகாமலும் இரு" (நீதிமொழிகள் 4:7, தமிழ் ESV) என்று வசனம் கூறுகிறது. ஒருவரை ஒருவர் கேட்பதற்கான விலை – நமது எண்ணங்களால் இடையூறு செய்யாமல், அகந்தையை ஒதுக்கி, திறந்த மனதுடன் புதிய பார்வையை உண்மையாகப் புரிந்துகொள்ள முயற்சிப்பதேயாகும்.

அவர்களுடைய பார்வை ஏன் அவர்களுக்கு முக்கியமானது என்பதைச் சிந்தியுங்கள். அவர்களுடைய பார்வையை கேட்கும்போது மரியாதையற்ற முறையில் நடந்திருந்தால் மன்னிப்புக் கேளுங்கள். முதலில் மன்னிப்புக் கேட்பது தாழ்மையின் பெரும் அடையாளம், இது உரையாடலுக்குள் சுகத்தை அழைத்து, சூழ்நிலையையே மாற்றிவிடும்.

உங்கள் பார்வையைத் தெளிவாகவும் மரியாதையுடனும் பகிர்ந்து, அவர்கள் நீங்கள் சொல்ல நினைப்பதை எவ்வாறு புரிந்துகொண்டார்கள் என்பதை அவர்களிடமிருந்து கேளுங்கள். அவர்கள் முக்கிய அம்சங்களை தவறவிட்டிருந்தால், அதை மீண்டும் சுட்டிக்காட்டுங்கள்.

இருவரின் பார்வைகளையும் மதிக்கும் வகையில் இணைந்த தீர்வுகளை கண்டுபிடிக்க ஒன்றாக சிந்தியுங்கள். இதயம் ஒன்றிணைந்த நிலையில் இருக்கும்போது ஒரு விஷயத்தில் ஒத்துக்கொள்ளாமல் இருப்பது பரவாயில்லை. முடிவை விட பரஸ்பர மரியாதை முக்கியமானது. ஒரு தீர்வில் உடனே ஒத்துக்கொள்ள முடியாவிட்டால், அதை மீண்டும் பேசுவதற்கு ஒரு நேரத்தை நிர்ணயியுங்கள். அந்த இடைவெளியில் ஜெபித்து, சிந்தித்து, தேவனுடைய படைப்பாற்றல் நிறைந்த தீர்வுகளைத் தேடுங்கள். நேரம் அவசரமாக இருந்தால், நீங்கள் இருவரும் நம்பும் தேவபக்தியுள்ள ஆலோசகரின் வழிகாட்டுதலை நாடுங்கள்.

அன்பிற்கான அர்ப்பணிப்பு

பலவேளைகளில், நமது உணர்வுகள் நம்மை பாவத்திற்குள் இட்டுச் செல்கின்றன. உடனடியான உணர்ச்சிகளைப் பின்பற்றுவது, தர்க்க ரீதியாக ஒருபோதும் தேர்ந்தெடுக்காத நடத்தைகளுக்கு வழிவகுக்கிறது – குறிப்பாக அவை நம் திருமணத்தில் வஞ்சகத்தையும் வாக்குறுதியை மீறுவதையும் ஏற்படுத்துகிறது.

ஒரு வெற்றிகரமான திருமணத்தின் சமநிலை, நம் தேர்வுகள், தேவனுக்கான அன்பும் அர்ப்பணிப்பும், மேலும் நம் துணைக்கான அன்பும் அர்ப்பணிப்பும்தான். நம் உணர்ச்சிகள் மாறாகக் கூறினாலும், தேவனுக்கான அச்சமும் அன்பும் அதைவிட வலிமையானதாக இருக்க வேண்டும். தேவனுடைய மகத்துவத்திற்கான நம் ஆழ்ந்த பயபக்தியே நம் துணைக்கான நம் அர்ப்பணிப்பின் நங்கூரமாகிறது. இதுவே ஞானம் பாயும் அடித்தளமாகிறது. இதுவே கணவனும் மனைவியும் தங்கள் உடன்படிக்கை வாக்குறுதியை நிலைநிறுத்த உதவுகிறது.

"'ஆனாலும் ஆண்டவரே, நீர் மனவுருக்கமும், இரக்கமும், நீடிய பொறுமையும், பூரண கிருபையும், சத்தியமுமுள்ள தேவன்" (சங்கீதம் 86:15, தமிழ் ESV). நாம் நம் திருமணங்களில் வஞ்சகத்தை கொண்டு வந்திருந்தால், விளைவுகள் எதுவாக இருந்தாலும், தேவனிடமும் நம் துணையிடமும் மனந்திரும்ப வேண்டும். மோசடியில் கட்டப்பட்ட உறவு தேவனுடைய ஆசீர்வாதத்தைப் பெறாது. ஆனால் தாழ்மை, மென்மை, அன்பு – இவை தூய ஆவியை நம் வாழ்க்கையிலும் திருமணத்திலும் மகத்தான காரியங்களைச் செய்ய அழைக்கின்றன.

திருமணத்திற்கான ஜெபம்

கர்த்தாவே, எங்கள் திருமணத்தின் ஒவ்வொரு பகுதிக்குள்ளும் உம்மை அழைக்கிறேன்.

உமது நிலைத்த அன்புக்கு நன்றி. இரட்சிக்க் கூடாதப்படிக்கு உமது கரம் குறுகிப்போகவுமில் , உமது செவி கேட்க மந்தமாக இல்லை. (ஏசாயா 59:1). எங்கள் இருதயங்களின் செவிகள் உமது சித்தத்தின்படி, உமது வார்த்தையின்படி வாழ வழிநடத்தும்படி தயவு செய்து தூண்டி விடும்.

உமது பரிசுத்த ஆவி எங்கள் இருதயங்களிலும் திருமணத்தின் ஒவ்வொரு பகுதிக்கும் சுதந்திரமாக நகர்ந்து, சுகத்தையும்

கட்டியெழுப்பட்டும். எங்கள் திருமணத்தில் அன்பு அடித்தளமாக இருந்து, பிற எல்லா நற்குணங்களையும் ஒன்றிணைக்கும் பந்தமாகட்டும் (கொலோசெயர் 3:14–17). கிறிஸ்து எங்கள் தலைவராக இருந்து, (நானும் / என் கணவரும்) குடும்பத்தின் தலைமைப்பணியை நம்பிக்கையுடன் நடத்துமாறு, எங்கள் திருமணத்தில் ஒழுங்கையும்கஒன்றுபாட்டையும் பிரகடனப்படுத்துகிறேன் (எபேசியர் 5:23). ஆண்டவரே, கிறிஸ்து எங்கள் திருமணத்தின் மையமாக இருக்கும்போது, நாங்கள் ஒருவருக்கொருவர் கீழ்ப்படியும்படி செய்யும் (எபேசியர் 5:21). உமது ஒன்றிணைவு ஆசீர்வாதத்தை கட்டளையிடுகிறது என்று நம்புகிறேன் (சங்கீதம் 133). உமது ஆசீர்வாதத்தையும், சுகத்தையும், விடுதலையையும் நாங்கள் பெற்றுக்கொள்கிறோம் (சங்கீதம் 103:2-3).

கர்த்தாவே, பொறாமையிலும் சந்தேகத்திலும் வாழ்ந்த இடங்களில் நாங்கள் மனந்திரும்புகிறோம். அகந்தையிலும் பிடிவாதத்திலும் நடந்த இடங்களில் மன்னிப்பு கேட்கிறோம். ஒருவரை ஒருவர் மதிக்காமல், சுயநலமாக நடந்த இடங்களில் மனந்திரும்புகிறோம். சீக்கிரம் கோபப்பட்ட இடங்களில் மன்னிப்பு கேட்கிறோம். குற்றங்களின் பட்டியலை வைத்திருந்த இடங்களில் சோகம் கொள்ளுகிறோம். ”நம்முடைய பாவங்களை நாம் அறிக்கையிட்டால், பாவங்களை நமக்கு மன்னித்து எல்லா அநியாயத்தையும் நீக்கி நம்மைச் சுத்திகரிப்பதற்கு அவர் உண்மையும் நீதியும் உள்ளவராயிருக்கிறார்”. ”நாம் பாவம் செய்யவில்லை என்று சொன்னால், அவருடைய வார்த்தையை நமக்குள்ளே இல்லை என்று கூறி அவரைப் பொய்யராக்குகிறோம்”. (1 யோவான் 1:9-10 தமிழ் ESV). உமது மன்னிப்பை இப்போது பெற்றுக்கொள்கிறோம். ஆண்டவரே, நீர் எங்களோடு இருக்கிறீர், நீர் எங்களை வலிமைப்படுத்துகிறீர், உதவுகிறீர், உமது நீதியுள்ள கரத்தால் எங்களைத் தாங்குகிறீர் (ஏசாயா 41:10). எங்கள் போகையிலும் வருகையிலும் எதிரியின் திட்டங்களிலிருந்து எங்களைப் பாதுகாத்தருளும். எங்கள் ஒன்றிணைவு, குடும்பம், வீடு, வேலை, பொருளாதாரம் – அனைத்திலும் உமது பாதுகாப்பை அறிவிக்கிறோம். ஒவ்வொரு சூழலிலும், நீர் எங்கள் அடைக்கலமும் பலமுமாய், நெருக்கடியின் வேளைகளில் எப்போதும் உதவியாக இருக்கிறீர் (சங்கீதம் 46:1).

எங்கள் திருமணம் சத்தியத்தில் மகிழட்டும். ஒருவரை ஒருவர் அன்பிலும் விசுவாசத்திலும் பாதுகாத்து, உண்மையாக நம்பிக்கையுடன், ஒவ்வொரு சோதனையையும் பொறுமையுடன் தாங்கட்டும் (1 கொரிந்தியர் 13:4–8). கிறிஸ்துவின் சமாதானம் எங்கள் இதயங்களில் ஆட்சி செய்யட்டும் (கொலோசெயர் 3:15). உமது அன்பிலும் சமாதானத்திலும் நாள்தோறும் வாழ்ந்து, ஒவ்வொருவரின் உள்ளே நீர் வைத்திருக்கும் திறமையை ஊக்குவித்து வெளிக்கொணரட்டும்.

கர்த்தாவே, எங்கள் திருமணத்தில் மங்கிப்போன, மரித்துபோன,

சோர்வான பகுதிகளில், உயிர்த்தெழும் ஜீவனையும் வல்லமையையும் கூறுகிறேன் (ரோமர் 6:4). உணர்ச்சி மற்றும் உடல் நெருக்கத்தைப் புதுப்பித்து, எங்கள் இளமையின் மகிழ்ச்சியை மீண்டும் உயிர்ப்பித்து, ஒவ்வொரு நாளையும் அன்பில் வாழ வழிநடத்தும். ஒருவருக்கொருவர் தாழ்மையுடன் அன்பில் சேவை செய்ய எங்கள் இதயங்களை எழுப்பும் (கலாத்தியர் 5:13–14). கர்த்தாவே, கிறிஸ்து இயேசுவுக்குள் உமது மகிமையில் உள்ள செல்வத்தின்படி எங்கள் ஒவ்வொரு தேவையையும் நீர் நிறைவேற்றுகிறீர் (பிலிப்பியர் 4:19). ஒவ்வொரு நன்மையும் பரிபூரணமான ஈவும் மேலிருந்து, உம்மிடமிருந்தே வருகிறது (யாக்கோபு 1:17). எங்கள் திருமணத்தில் உமது கிருபையைப் பெறுகிறோம், அது எங்கள் ஒவ்வொரு பகுதிக்கும் போதுமானது. ஆண்டவரே, நீர் ஒவ்வொரு நற்செயலிலும் பெருகுகிறீர், உமக்கே நன்றி, நீர் எங்களுக்கு தேவை (2 கொரிந்தியர் 9:8).

அதிகாரம் 9

பரிசுத்த ஆவியானவர்

பரிசுத்த ஆவியானவர் யார்?

பரிசுத்த ஆவி, திரித்துவ தேவனின் மூன்றாவது நபர் ஆவார். அவர் தனித்துவமாக இருப்பினும், பிதாவாகிய தேவனுடனும் இயேசுவுடனும் ஒன்றாய் உள்ளார். பரிசுத்த ஆவியை நபராகப் புரிந்துகொள்வது, அவருடைய ஆளுமையையும் இயல்பையும் தெளிவுபடுத்துகிறது. நாம் அந்த ஆளுமையை வேதாகமத்தின் முழுவதிலும் கண்டுபிடிக்கலாம், அதேசமயம், பரிசுத்த ஆவியுடனான நமது தனிப்பட்ட உறவின் மூலம் தினசரி வாழ்க்கையிலும் அனுபவிக்கலாம். வேதாகமம் பரிசுத்த ஆவியின் பின்வரும் பண்புகளை விவரிக்கிறது:

- அன்பை அளிக்கிறார் (ரோமர் 8:27)
- ஜீவனை அளிக்கிறார் (யோவான் 6:63)
- துக்கமடைய வைக்கப்படலாம் (எபேசியர் 4:30)
- நமக்கு ஆலோசனைத் தருகிறார் (யோவான் 14:26)
- நமக்கு ஆறுதல் அளிக்கிறார் (யோவான் 14:26)
- கற்றுக்கொடுத்து உதவுகிறார் (யோவான் 14:26)
- விசுவாசிகளுக்குள் வாசம் செய்கிறார் (ரோமர் 8:11)
- நமது இருதயங்களை ஆராய்ந்து, நமக்காக ஜெபிக்கிறார் (ரோமர் 8:27)
- அவர் சத்திய ஆவியானவர் (1 யோவான் 5:6)
- விசுவாசிகளுக்கு பின்வரும் வரங்களை அளிக்கிறார்: ஞானம், அறிவு, விசுவாசம், சுகப்படுத்துதல், தீர்க்கதரிசனம், ஆத்துமாக்களை விசாரிக்கும் திறன், அந்நிய பாஷைகளைப் பேசுதல் மற்றும் அதனை விளக்குதல் (1 கொரிந்தியர் 12:7-11)
- இயேசுவைக் குறித்துபேசுகிறவராக இருந்து அவரைப் பற்றி சாட்சி சொல்லுகிறார் (யோவான் 15:26)
- தேவனுடைய சிந்தனைகளை அறிந்திருக்கும் ஒரே நபர் அவரே (1 கொரிந்தியர் 2:10-11)

பரிசுத்த ஆவியைப் பெறுதல்

பரிசுத்த ஆவியைக் குறித்த நம்முடைய புரிதலானது, பழைய ஏற்பாட்டின் பெரிய மற்றும் சிறிய தீர்க்கத்தரிசனப் புத்தங்களைப் படிக்கும் போது அவர்கள் தேவனுடைய ஆவியினால் ஊக்கமளிக்கப்பட்ட செய்திகளைப் ராஜாக்களிடம் பகிர்ந்தப்போதும் , அல்லது படைப்பில் தேவனுடைய ஆவி இருந்தார் என்ற நிகழ்வின்போதும் வடிவமைக்கப்படுகிறது. ஆனால், இயேசு சிலுவையில் மரித்த பிறகு, ஒரு புதிய மாற்றம் ஏற்பட்டது. பரிசுத்த ஆவியின் பிரசன்னம், இனி தீர்க்கதரிசிகளுடன் மட்டுமல்லாமல், ஒவ்வொரு கிறிஸ்தவருடனும் தனிப்பட்ட முறையில் வாழத் தொடங்கினார். பரிசுத்த ஆவியானவர் வருகை தந்த பிறகு, பவுல் கொரிந்திய சபையினருக்கு இவ்வாறு போதித்தார்:

"நீங்கள் தேவனுடைய ஆலயம் என்றும், தேவனுடைய ஆவியானவர் உங்களில் வசிக்கிறார் என்றும் உங்களுக்குத் தெரியாதா?" (1 கொரிந்தியர் 3:16, தமிழ் ESV). இதனால், நாம் பரிசுத்த ஆவியானவருடைய ஊழியமும் வல்லமையும் நம்முள் வாசம்பண்ணும்படியாக. அவரைப் பெற வேண்டும் – அவர் நமக்கான தனிப்பட்ட ஆசீர்வாதத்திற்கும் தேவனுடனான உறவிற்குமல்லாமல், நம் குடும்பத்திற்கும், சபைக்கும், உலகிற்கும் தேவையானவர்.

இயேசுவும் அவரைப் பற்றி பேசினார்: "இயேசு பதிலளித்தார், 'உண்மையாய் உண்மையாய் உனக்குச் சொல்லுகிறேன், ஒருவன் தண்ணீரினாலும் ஆவியினாலும் பிறக்கவில்லையென்றால், தேவனுடைய இராஜ்யத்திற்குள் பிரவேசிக்க முடியாது'". (யோவான் 3:5, ESV). வெவ்வேறு சபைகள், பரிசுத்த ஆவியைப் பெறுவதை வெவ்வேறு சொற்களால் குறிப்பிடுகின்றன. பெந்தெக்கொஸ்து சபைகள் இதை "பரிசுத்த ஆவியின் ஸ்நானம்" என்று அழைக்கலாம், மற்ற சில சபைகள் இதை "பரிசுத்த ஆவியைப் பெறுதல்" என்று சொல்லலாம். "மறுபடியும் பிறந்தவர்கள்" என்ற சொல், ஒருவரின் மாற்றம் நிகழும் தருணத்தைக் குறிக்கிறது. அதாவது, ஒருவர் இயேசுவை ஆண்டவராகவும் இரட்சகராகவும் ஏற்றுக்கொள்ளும் பொழுது, தண்ணீரினால் பெறும் ஸ்நானம் புதிய பிறப்பைக் குறிக்கிறது. ஆனால் இங்கு, இயேசு ஆவியினால் பிறப்பது என்று கூறுகிறார். அதாவது, நமது ஆவியைப் புதிதாகச் செய்து, மறுபிறப்புக்குக் கொண்டுசெல்லும் பரிசுத்த ஆவியைப் பெறுவதாகும்.

இயேசு பரிசுத்த ஆவியைப் பெறுதல்

இயேசு தமது திருமுழுக்கையும் பரிசுத்த ஆவியைப் பெறுதலையும் ஒரே நிகழ்வில் அனுபவித்தார். இயேசு ஞானஸ்நானம் பெற்றவுடனே தண்ணீரிலிருந்து மேலேறி, இதோ, வானங்கள் அவருக்குத்

திறக்கப்பட்டதைக் கண்டார். இதோ, வானத்திலிருந்து ஒரு குரல் கேட்டது: 'இவர் என் அன்பு மகன், இவரில் நான் மிகவும் மகிழ்ச்சியடைகிறேன்'". (மத்தேயு 3:16-17, தமிழ் ESV). இந்த நிகழ்வு மிக முக்கியமானதாக இருந்தது. பிதாவாகிய தேவன் இயேசுவை அரங்கில் அனைவருக்கும் தமது குமாரனாக அறிவித்தார், மேலும் இயேசு பரிசுத்த ஆவியின் வல்லமையைப் பெற்றார். இது அவர் தமது மனிதத் தன்மையை மட்டுமல்ல, தெய்வீகத்தையும் வெளிப்படுத்தும் இடமாகும். பரிசுத்த ஆவியைப் பெற்ற பிறகு, இயேசுவின் ஊழியம் குணமாக்குதல், அற்புதங்கள், பேய்களைத் துரத்துதல், மரித்தவர்களை எழுப்புதல் போன்ற வல்லமையான நிகழ்வுகளால் நிறைந்திருந்தது. பல குடும்பங்களும் தனிப்பட்ட வாழ்க்கைகளும் என்றென்றும் மாற்றப்பட்டன.

இயேசுவின் ஊழியமும், பின்னர் ஆரம்ப சபையின் ஊழியமும் இரண்டும் பரிசுத்த ஆவியின் நிரப்புதலும் வல்லமையும்தான் அடிப்படையாக அமைந்திருந்தது. இது தான் செயல்திறனுள்ள கிறிஸ்தவத்தின் வேதாகம மாதிரி.

பெந்தெகொஸ்தே நாளில் சபை பரிசுத்த ஆவியைப் பெறுதல்

பரிசுத்த ஆவியைப் பெறுதல், நம்மை அவரது வல்லமையில் வாழ செய்கிறது. இயேசு தமது சீடர்களிடம் இதுபோல் விளக்கினார்: "ஆனால் பரிசுத்த ஆவியானவர் உங்கள்மேல் வரும்போது, நீங்கள் பலனைப் பெற்றுக்கொள்வீர்கள், அப்போதும் எருசலேமிலும், யூதேயா முழுவதிலும், சமாரியாவிலும், பூமியின் கடைசிபரியந்தமும் எனக்குச் சாட்சிகளாய் இருப்பீர்கள்"(அப்போ. 1:8, ESV). சீடர்கள் தங்களுக்குக் கொடுக்கப்பட்ட பொறுப்பை நிறைவேற்ற, அவர்கள் இயல்பான மனித திறனால் முடியாது. பரிசுத்த ஆவியால் ஊக்கமளிக்கப்பட்ட சொப்பனங்கள், தீர்க்கதரிசனங்கள், சுகமாக்குதல், ஆவிகளை துரத்துதல், அடையாளங்களும் அற்புதங்களும் தேவைப்பட்டது.

இரண்டு வாரங்களுக்குப் பிறகு, அவர்கள் ஜெபித்துக்கொண்டிருந்தபோது, பரிசுத்த ஆவி அக்கினியாகவும் காற்றாகவும் வந்து, அவர்களை நிரப்பினார்: "அவர்கள் அனைவரும் பரிசுத்த ஆவியால் நிரப்பப்பட்டு, ஆவியானவர் தந்த அருளினாலே வேறே அந்நிய பாஷைகளில் பேசத் தொடங்கினார்கள்" (அப்போ. 2:4, தமிழ் ESV). இதனால், அவர்களைச் சுற்றியிருந்த அநேகர் தங்கள் சொந்த மொழியில் தேவனுடைய செய்தியை கேட்டார்கள். பேதுருவின் ஆவியினால் ஊக்கமளிக்கப்பட்ட பிரசங்கத்தைக் கேட்டு, பலர் மனம் குத்துண்டு இயேசுவை ஏற்றுக்கொண்டனர். அந்தத் தருணத்தில்தான் சபை ஆரம்பிக்கப்பட்டது.

இன்றைய கிறிஸ்தவர்கள் சீடர்களின் பெருக்கத்தை தொடர்கிறார்கள். நாம் வளரும்போது, நாம் போய் மேலும் சீடர்களை உருவாக்குவதையும் தொடங்குவோம். இது நமது சொந்த ஆற்றலால் செய்யக்கூடியது அல்ல, மாறாக, சீடர்கள் உருவாக்குவதில் திறமையடைய, பரிசுத்த ஆவியின் அதிகாரப்பூர்வ வல்லமையும், வரங்களும் நமக்கு தேவையானவையாக இருக்கிறது. ஒவ்வொருவருக்கும் சீடர்களை உருவாக்கும் முறையில் தனித்துவமான பங்கு உண்டு, ஆனால் சீடர் உருவாக்குவது அனைவருக்கும் தொடர்புடையது.

தனி நபர்கள் கைகளைக் வைத்து பரிசுத்த ஆவியைப் பெறுதல்

பெந்தகொஸ்தே நாளுக்குப் பிறகு, விசுவாசிகள் விரைவாக பெருகினர். யூதர்களோடு மட்டுமல்ல, சாமாரியரும் (யூத வம்சத்தைச் சேர்ந்தவர்கள்) அயோத்தியரும் (யூதர் அல்லாதவர்கள்) கூட விசுவாசத்தில் சேர்ந்தனர். அவர்களில் பலர் ஞானஸ்நானம் பெற்றிருந்தார்கள், ஆனால் இன்னும் பரிசுத்த ஆவியால் நிரப்பப்படவில்லை. இதை பேதுரு, யோவான், பின்னர் பவுல் ஆகியோர் கவனித்தார்கள். அதனால், அவர்கள் பரிசுத்த ஆவி அவர்கள்மேல் இறங்கும்படி புதிய விசுவாசிகள்மேல் கைகளை வைத்தார்கள்.

அதற்கு உதாரணம் அப்போஸ்தலர் நூலில் இருக்கிறது: பவுல் சில சீடர்களைச் சந்தித்தார். அவர் கேட்டார், "நீங்கள் விசுவாசித்தபோது பரிசுத்த ஆவியைப் பெற்றீர்களா?" அவர்கள் தண்ணீர் ஸ்நானம் பெற்றிருந்தாலும், பரிசுத்த ஆவியை அறிந்திருக்கவில்லை. அப்பொழுது பவுல் அவர்கள்மேல் கைகளை வைத்தார், அவர்கள் பரிசுத்த ஆவியைப் பெற்றார்கள்

"அப்பொல்லோ என்பவன் கொரிந்து பட்டணத்திலே இருக்கையில், பவுல் மேடான தேசங்கள் வழியாய்ப் போய் எபேசுவுக்கு வந்தான்; அங்கே சில சீஷரைக் கண்டு, 'நீங்கள் விசுவாசிகளானபோது, பரிசுத்த ஆவியைப் பெற்றீர்களா?' என்று கேட்டான். அதற்கு அவர்கள், 'பரிசுத்த ஆவி உண்டென்பதை நாங்கள் கேள்விப்படவே இல்லை' என்றார்கள். அப்பொழுது அவன், 'அப்படியானால் நீங்கள் எந்த ஞானஸ்நானம் பெற்றீர்கள்?' என்றான். அதற்கு அவர்கள், 'யோவான் கொடுத்த ஞானஸ்நானம் பெற்றோம்' என்றார்கள். அப்பொழுது பவுல், 'யோவான் பாவமன்னிப்புக்கான ஞானஸ்நானம் கொடுத்தான்; அவன் தன்னைப் பின்பற்றும்படி ஜனங்களுக்குச் சொன்னான்; அதாவது இயேசுவின் மேல் விசுவாசம் வைக்க வேண்டும் என்றான்' என்றான். அவர்கள் இதனைக் கேட்டபோது கர்த்தராகிய இயேசுவின் பெயரில் ஞானஸ்நானம் பெற்றார்கள். அப்போதும் பவுல் அவனது கைகளை அவர்கள்மீது வைத்தபோது பரிசுத்த ஆவியானவர் அவர்கள்மீது வந்தார்; அவர்கள் அந்நிய பாஷைகளைப் பேசவும் தீர்க்கதரிசனம் சொல்லவும் தொடங்கினார்கள்" (அப்போஸ்தலர் 19:1-6 ESV).

இன்றைய கிறிஸ்தவர்கள் சீடர்களின் பெருக்கத்தை தொடர்கிறார்கள். நாம் வளரும்போது, நாம் போய் மேலும் சீடர்களை உருவாக்குவதையும் பரிசுத்த ஆவியின் வல்லமை அவர்கள் மேல் வந்ததின் விளைவு என்னவெனில் – அவர்கள் பரிசுத்த ஆவியின் வரங்களில் செயல்பட்டார்கள், ,அந்நிய பாஷைகளில் பேசினார்கள், தீர்க்கதரிசன வசனங்களையும் வழங்கினார்கள். இன்றும் கூட, ஒருவர் பரிசுத்த ஆவியைப் பெறும்போது, அவர்கள் அந்நிய பாஷைகளில் பேசுவது அபூர்வமல்ல.

அதேபோல், பேதுருவும் யோவானும் புதிய சீடர்களின் மேல் பரிசுத்த ஆவியின் அதிகாரத்தைப் பெற்றுக்கொள்ள கைகளை வைத்தனர்.
"எருசலேமில் இருந்த அப்போஸ்தலர்கள் சமாரியா மக்கள் கடவுளின் வார்த்தையைப் பெற்றுக்கொண்டதைக் கேள்விப்பட்டு, பேதுருவையும் யோவானையும் அவர்களிடம் அனுப்பினர். அவர்கள் சமாரிய மக்களுக்குப் பரிசுத்த ஆவியைப் பெற்றுத்தர வேண்டிக்கொண்டனர். ஏனெனில், பரிசுத்த ஆவியானவர் இன்னும் எந்த ஒருவருக்கும் இறங்கவில்லை; அவர்கள் கர்த்தராகிய இயேசுவின் நாமத்தில் ஞானஸ்நானம் பெற்றிருந்தார்கள். அப்பொழுது பேதுருவும் யோவானும் அவர்கள்மேல் கைகளை வைத்தார்கள், அவர்கள் பரிசுத்த ஆவியைப் பெற்றுக்கொண்டார்கள். சீமோன் அந்த அற்புதம் நிகழ்வதைக் கண்டு, பணத்தைக் கொடுத்து இந்த அதிகாரத்தைப் பெற்றுக்கொள்ள முயன்றான். பேதுரு அவனை நோக்கி: தேவனுடைய வரத்தை பணத்தினால் சம்பாதித்துக்கொள்ளலாம் என்று நீ நினைத்தபடியால் உன் பணம் உன்னோடு கூட அழிந்து போகட்டும் என்று கூறி, அவனை கடுமையாக கண்டித்தார்" அப்போஸ்தலர் 8:14-20 (தமிழ் ESV).

வேத்தில் காணும் மாதிரிப்படி, பரிசுத்த ஆவியைப் பெறுவதற்காக தேவாலயத் தலைவர்கள் கைகளை வைத்து ஜெபித்தார்கள். சிலர் தங்கள் திருமுழுக்கின் போது (இயேசுவைப் போலவே) பரிசுத்த ஆவியால் நிரப்பப்படுகிறார்கள். எதுவாக இருந்தாலும், நாம் பரிசுத்த ஆவிக்கு மனந்திறந்தும் எச்சரிக்கையுடனும் இருக்க வேண்டும், நம் வாழ்க்கையில் அவர் செயலாற்றுவதற்கும், நம்மூலம் செயல்படுவதற்கும் அவர் வருகைக்கு இடமளிக்க வேண்டும்.

அந்நிய பாஷைகளில் பேசுதல்

பரிசுத்த ஆவியினால் தூண்டப்பட்ட ஜெபங்களை நாம் அடிக்கடி செய்கிறோம். குறிப்பாக, ஒருவருக்காக அல்லது ஒரு குறிப்பிட்ட பிரச்சினைக்காக ஜெபிக்கத் தூண்டப்படும்போது, அவர்களுடைய தேவைகளைத் தீர்க்கும் பாரம் நம்மீது இருக்கிறது என்று உணரும்போது, நாம் அந்த ஜெபங்களைச் செய்கிறோம். இத்தகைய ஜெபங்களை நாம் வழக்கமாகப் பயன்படுத்தும் நம்முடைய

மொழியிலேயே சொல்வோம். அப்போஸ்தலனாகிய பவுல் இவ்வாறு குறிப்பிடுகிறார்: கிறிஸ்தவர்கள் மனிதர்களின் பாஷைகளிலும், தேவதூதர்களின் பாஷைகளிலும் பேச முடியும். இதைத்தான் நாம் பாஷைகள் என்று அழைக்கிறோம். அவர் எழுதுகிறார்: "– "நான் மனிதர்களுடைய மொழிகளையும், தேவதூதர்களின் மொழிகளையும் பேசினாலும், அன்பு என்னிடத்தில் இல்லையென்றால், ஒலிக்கும் வெண்கலம் போலவும், சத்தம் போடும் கைத்தாளம் போலவும் இருப்பேன்". 1 கொரிந்தியர் 13:1 (தமிழ் ESV). பவுலின் வலியுறுத்தல் இதுவே: நம் பேச்சிலும், ஜெபங்களிலும் நாம் எந்த மொழியைப் பயன்படுத்தினாலும், அன்பு எப்போதும் முன்னிலையில் இருக்க வேண்டும்.

அந்நிய பாஷைகள் – நமக்காகவும், பிறருக்காகவும் பரிந்துரைக்கும் ஜெபம்

அந்நிய பாஷைகளின் வரம், இது பரலோகப் பாஷை வானமொழி, நம்முடைய இயல்பான மொழியிலிருந்து முற்றிலும் மாறுபட்டது. இது நாம் வழக்கமாகப் பயன்படுத்தும் மொழியல்ல, மாறாக, பரிசுத்த ஆவியினால் கொடுக்கப்பட்ட பரலோக மொழி. 1 கொரிந்தியர் 14:1–2 இன் தமிழ் ESV பதிப்பில் உள்ள வசனங்கள், "அன்பை நாடுங்கள், ஞானவரங்களையும் விரும்புங்கள், விசேஷமாய் தீர்க்கதரிசன வரத்தை விரும்புங்கள்" என்றும், "அந்நிய பாஷையில் பேசுகிறவன் ஆவியிலே இரகசியங்களை பேசினாலும், அவன் பேசுவதை யாரும் அறியாதிருப்பதால், அவன் மனிதரிடத்தில் அல்ல, தேவனிடத்தில் பேசுகிறான்."

அந்நிய பாஷைகளில் பேசுகிறவர்கள், பரிசுத்த ஆவி அவர்கள்மேல் இறங்கியதால் பரிசுத்த ஆவியால் ஊக்கப்படுத்தப்பட்ட பேச்சைத் தங்கள் வாய்மூலம் வெளிப்படுத்த அனுமதித்தவர்களாக இருக்கின்றனர். அந்நிய பாஷைகள் அறிமுகமற்றதாக இருந்தாலும், அவர்கள் தங்களது சத்தத்தையும், வாயையும் அசைக்கத் தயார் செய்கிறார்கள், ஆனால் சொற்களையோ, ஒலிகளையோ தாங்களே தேர்ந்தெடுப்பதில்லை.

"நீங்களோ பிரியமானவர்களே, உங்கள் மகா பரிசுத்தமான விசுவாசத்தின்மேல் உங்களை உறுதிப்படுத்திக்கொண்டு, பரிசுத்த ஆவிக்குள் ஜெபம்பண்ணி…" (யூதா 1:20 தமிழ் ESV). நாம் வேதவசனங்களை வாசிப்பதன் மூலம் விசுவாசத்தில் பலப்படுகிறோம். ஆனால், பரிசுத்த ஆவியினாலே ஜெபிப்பதாலும், விசுவாசத்தில் பலப்படுகிறோம். பவுல் கூறுகிறார்: "அவருடைய அளவற்ற மாட்சிக்கேற்ப உங்கள் உள்ளத்திற்கு வல்லமையும் ஆற்றலும் தம் தூய ஆவி வழியாகத் தந்தருளுவாராக!" (எபேசியர் 3:16 தமிழ் ESV). அதுவே அந்நிய பாஷைகளில் ஜெபிப்பதினால் நடக்கிறது – அது நம்

உள்ளார்ந்த மனுஷனுக்கு பலத்தை அளிக்கிறது. இவ்விதமாக ஜெபிக்கும்போது, நம்முடைய இயல்பான பேச்சை விட்டு, பரிசுத்த ஆவியினாலிருந்து வரும் ஆற்றலுள்ள மொழியை விடுவிக்கிறோம். சில நேரங்களில் மனதளவில் நமக்கு விசித்திரமாகத் தோன்றலாம், ஆனால் விசுவாசத்திலும் பணிவிலும், பரிசுத்த ஆவியால் தரப்படும் ஜெபங்களை வெளிப்படுத்துகிறோம். ஆவியானவர் நமது இருதயங்களை ஆராயும்போது, நம் ஜெபங்களை வழிநடத்துகிறார், உண்மையில் தேவையானவற்றுக்காக ஜெபிக்க நம்மைத் தூண்டுகிறார். இதனால், அந்நியபாஷைகளில் ஜெபித்த பின், நமக்கு பாரம் அகன்றது போன்ற உணர்வு ஏற்படுகிறது. அதே சமயம், நமது வழக்கமான சிந்தனை முறைகளை மீறும் புதிய தூண்டுதல்கள், யோசனைகள் நம்மிடையே எழுகிறது. இத்தகைய யோசனைகள் பரிசுத்த ஆவியின் உந்துதலால் நம்முள் ஒலிக்கின்றன. பரிசுத்த ஆவியினாலான ஜெபத்தில், நாம் தேவனைப் பற்றியும், நம்மைப் பற்றியும், பிறர் ஜெப தேவைகளைப் பற்றியும் ஆழமான வெளிப்பாடுகளை பெறுகிறோம்.

சபையை கட்டியெழுப்பும் அந்நிய பாஷைகள்

சபை ஆராதனைகளின் போது அந்நிய பாஷைகளில் பேசுதல், அங்கே யாரேனும் அந்நிய பாஷைகளை விளக்கும் வரம் பெற்றிருந்தால், சபையை ஊக்குவிக்கக் கூடியதாக இருக்கும். பரிசுத்த ஆவியினால் அந்நிய பாஷைகளில் ஊக்கப்பட்ட ஜெபம் நடைபெற்றால், சபைத் தலைவர்கள் விளக்கும் வரம் பெற்ற ஒருவரை அந்த ஜெபத்தின் செய்தியை பகிருமாறு கேட்கலாம்."அந்நிய மொழிகளில் பேசுபவர் தனக்குத்தானே பக்திவிருத்தியாகப் பேசுகிறார், ஆனால் தீர்க்கதரிசனம் சொல்லுகிறவனோ திருச்சபைக்கு பக்திவிருத்தியாகப் பேசுகிறான். அந்நிய மொழிகளில் பேசுபவர் தன்னைத்தானே பக்திவிருத்தியாகக் கொண்டாடுவார் என விரும்புகிறேன். ஆனால், தீர்க்கதரிசனம் சொல்லுகிறவன் திருச்சபைக்கு பக்திவிருத்தியாகப் பேசினால் அது இன்னும் சிறந்தது." (1 கொரிந்தியர் 14:4-5 தமிழ் ESV).

அனைத்து சபைகளும் இவ்வரத்தைப் பயன்படுத்துவதில்லை, சிலர் ஆராதனையை ஒழுங்காக வைத்துக்கொள்ள விரும்புகிறார்கள். ஆகையால், ஆராதனையின்போது அருகிலுள்ள ஒருவரை அந்நிய பாஷைகளில் ஜெபிக்கக் கேட்கும்போது கவலைப்பட வேண்டாம். அவர்கள் வெறுமனே பரிசுத்த ஆவியோடு இணைந்து, தேவனுடைய வழிநடத்தலைத் தேடுகிறார்கள். ஆனால், சபைக்காக பொதுவாக அந்நிய பாஷையில் ஜெபிக்கப்படுகிறபோது, அந்த ஜெபம் விளக்கப்பட்டு சபைக்கு தெரிவிக்கப்பட வேண்டும்.

அவிசுவாசிகளுக்கான அடையாளமாக அந்நிய பாஷைகள்

அந்நிய பாஷைகள் பொதுவாக நம்மால் கற்றுக்கொள்ளப்படாத, சீரற்ற ஒலிகளாகத் தோன்றினாலும், சில சமயங்களில் நாம் அறியாத பிறமொழிகளிலும் வெளிப்படுகின்றன. அப்படிப்பட்ட சமயங்களில், அநம்பிக்கையாளர்கள் அந்நிய பாஷைகளைக் கேட்கும்போது, அது தேவனுடைய அதிசய செயலுக்கான அடையாளமாகிறது. "ஆகையால் பாஷைகள் அநம்பிக்கையாளர்களுக்கே அடையாளம், விசுவாசிகளுக்கல்ல. ஆனால் தீர்க்கதரிசனம் விசுவாசிகளுக்கே, அநம்பிக்கையாளர்களுக்கல்ல" (1 கொரிந்தியர் 14:22 தமிழ் ESV). பெந்தெகொஸ்தே நாளில் நடந்த அதிசயம் இதை தெளிவாகக் காட்டுகிறது: "அந்த சத்தத்தைக் கேட்டதும், அங்கே கூட்டம் கூடினது, ஒவ்வொருவனும் தன் சொந்த மொழியில் அவர்கள் பேசுகிறதைக் கேட்டு அதிசயித்தார்கள். 'இவர்கள் எல்லோரும் கலிலேயர்கள் அல்லவா? அப்படியானால், எங்களிலுள்ள ஒவ்வொருவனும் தன் சொந்த மொழியில் அவர்களைப் பேசுகிறதைக் கேட்பது எப்படி?' என்று கேட்டார்கள். "இந்த சத்தத்தைப் பற்றி மக்கள் கூடிவந்து, ஒவ்வொருவரும் தங்கள் சொந்த மொழியில் அப்போஸ்தலர்கள் பேசுவதைக் கேட்டு குழப்பமடைந்தனர், மேலும், திகைத்துப் போன அவர்கள், "இவர்கள் அனைவரும் கலிலேயர்கள் அல்லவா? பிறகு நாம் ஒவ்வொருவரும் நம்முடைய தாய்மொழியில் எப்படி கேட்கிறோம்?" என்று ஆச்சரியப்பட்டார்கள். அப்போஸ்தலர் 2:6–8 (ESV தமிழ்) 6 இந்தச் சத்தத்தை ஜனங்கள் கூடிவந்தார்கள், அவர்கள் தங்கள் சொந்த மொழியில் பேசுவதைக் கேட்டு அவர்கள் திகைத்துப் போனார்கள். 7 அவர்கள் ஆச்சரியப்பட்டு, "இவர்கள் அனைவரும் கலிலேயர்கள் அல்லவா? 8 நாம் ஒவ்வொருவரும் அவரவர் தாய்மொழியில் எப்படிக் கேட்கிறோம்?" என்று கூறினார்கள். இந்தச் சத்தத்தை ஜனங்கள் கூடிவந்தார்கள், அவர்கள் தங்கள் சொந்த மொழியில் பேசுவதைக் கேட்டு அவர்கள் திகைத்துப் போனார்கள். 7 அவர்கள் ஆச்சரியப்பட்டு ஆச்சரியப்பட்டு, ... "இஸ்மயேலர், அரபியர், கிரேத்தர், ரோமர், யூதர்கள் எனப் பல நாட்டிலிருந்தும், பல மொழிகளிலிருந்தும் வந்திருந்தவர்கள், இந்தத் தேவசம்பந்தமான மகத்துவங்களை நம்முடைய மொழிகளில் பேசக் கேட்டோம்" (அப்போஸ்தலர் 2:11 தமிழ் ESV). இதன்மூலம், பரிசுத்த ஆவியின் வல்லமை எவ்வளவு பரந்து விரிந்ததும், புறக்கணிக்க முடியாததுமாக இருப்பதைக் காண்கிறோம்.

பரிசுத்த ஆவியோடு வாழுதல்

பரிசுத்த ஆவியோடு வாழ்வதால், தேவனுடைய பல நற்குணங்களை நாம் அனுபவிக்கலாம். தேவனுடைய ஆவியோடு உள்ள நெருக்கமான

உறவினால், அவர் தமது மகிழ்ச்சியினாலே நமக்கு இவற்றை அருள்கிறார். ஆவியின் கனியானது அன்பு, சந்தோஷம், சமாதானம், நீடிய சாந்தம், தயவு, நற்குணம், விசுவாசம், சாந்தகுணம், இச்சையடக்கம், இவைகளாயிருக்கிறது, இப்படிப்பட்டவைகளுக்கு விரோதமாய் நியாயப்பிரமாணம் இல்லை" (கலாத்தியர் 5:22-23 தமிழ் ESV). இந்த ஆவியின் கனிகள் நம் அமைதியான தனிப்பட்ட தேவசந்திப்புகளிலேயே கிடைக்காது, சவால்கள், உறவுகளில் உண்டாகும் சிக்கல்கள், சோதனைகள் ஆகியவற்றிலும் தேவனுடைய கிருபையால் நமக்குக் கிடைக்கின்றன.

பல நேரங்களில் பரிசுத்த ஆவியானவர், பிறர் வாயிலாக நமக்குச் செய்திகளைத் தருகிறார். பல ஆண்டுகளுக்கு முன்பு, என் தந்தைக்கு திடீரென ஆக்கிரமித்து வரும் புற்றுநோய் கண்டறியப்பட்டது. எங்களுக்கு அதிர்ச்சியாக இருந்தது, அறிகுறிகள் எதுவும் தெரியவில்லை. அந்தச் செய்தியால் என் மனம் கவலையால் நிரம்பியது. ஒரு வாரத்திற்குப் பிறகு, ஒரு கனவில் தேவன் எனக்கு ஒரு சுருட்டப்பட்ட தாளைப் அளித்தார், அதில் ஒரு வேத வசனம் இருந்தது. அந்த வசனம் எனக்கு ஆழ்ந்த ஆறுதலைத் தந்தது. அந்தக் கனவிலிருந்து எழுந்ததும், அதே வசனத்தை ஒருபோதும் படித்ததில்லை என்று நினைத்தேன். அதே சமயம், என் சபையிலிருந்த ஒரு பெண்மணியிடமிருந்து ஒரு குறுஞ்செய்தி வந்தது, அதில் அந்தக் கனவிலிருந்த அதே வசனம் இருந்தது! பரிசுத்த ஆவியே அந்த வசனத்தை எனக்கு காட்டியும், அந்த பெண்ணை அதை அனுப்பத் தூண்டியும் இருந்தார். மருத்துவர்கள் சிகிச்சை அளித்தாலும், ஆறு மாதங்களில் என் தந்தை புற்றுநோயின்றி அறிவிக்கப்பட்டார். இது பரிசுத்த ஆவியின் ஊக்கத்தையும், தேவனுடைய கரத்தையும் தெளிவாக காட்டியது. எனக்கு, கனவுகள் பெரும்பாலும் தேவனுடைய இருதயத்தை வெளிப்படுத்தும் வழியாக இருந்துள்ளன. நான் விழித்திருக்கும் போது அதிகமாகப் பேசிக்கொண்டிருப்பேன், ஆனால் கனவுகளில் நான் அமைதியாக

இருப்பதால், தேவன் என்னை அடையக் கூடும்.

பரிசுத்த ஆவியோடு வாழ்வது என்பதன் பொருள் – அவர் தரும் ஒவ்வொரு தூண்டுதலுக்கும் திறந்த மனதுடன் வாழ்வதாகும். யாரோ ஒருவர் நம் நினைவில் அடிக்கடி வரும் போது, அது அவர்களுக்காக ஜெபிக்கவும், அவர்களைத் தொடர்புகொண்டு ஊக்கப்படுத்தவும் ஆவியின் தூண்டுதலாக இருக்கலாம்.

பரிசுத்த ஆவியுடன் வாழ்வது என்பது ஆவி நமக்குக் கொடுக்கும் எந்தத் தூண்டுதல்களுக்கும் நாம் திறந்திருப்பதைக் குறிக்கிறது. ஒரு குறிப்பிட்ட நபர் அடிக்கடி நம் மனதிற்குள் அல்லது இதயத்தில் வரலாம், பெரும்பாலும், பரிசுத்த ஆவியானவர் அவர்களைத் தொடர்பு கொள்ளவும் ஊக்குவிக்கவும் நம்மைத் தூண்டுகிறார். நமக்கு நாளுக்கான திட்டங்கள் இருக்கலாம், ஆனால் பரிசுத்த ஆவியானவர் அந்தத் திட்டங்களை மறுசீரமைக்க நம்மைத் தூண்டுகிறார் என்பதை உணரலாம், அதன் பிறகுதான் ஏன் என்று நமக்குப் புரிகிறது. என் தாயார் ஒருமுறை நள்ளிரவில் திடீரென என் சகோதரருக்காக ஜெபிக்கத் தூண்டப்பட்டார். அதே நேரத்தில் அவர் கடுமையான கார் விபத்தில் சிக்கியிருந்தார். ஆனால், பரிசுத்த ஆவியின் தூண்டுதலுக்கு அவர் கீழ்ப்படிந்ததால், அவர் உயிர் காக்கப்பட்டது. இதனால் நம் வாழ்வில் பரிசுத்த ஆவியோடு வாழ்வது எவ்வளவு அவசியமென்பதை உணர்கிறோம்.

அதிகாரம் 10

சுகமடைதல்

குணமடைவது பற்றிய எளிய நம்பிக்கை

சுகமடைவது என்ற தலைப்பை சிக்கலான இறையியலாக ஆக்கக் கூடாது. இயேசு இவ்வாறு கூறினார் – "நீங்கள் மனந்திரும்பி உள்ளத்தில் சிறு பிள்ளைகளைப் போல ஆக வேண்டும். அவ்வாறு மாறாவிட்டால், நீங்கள் ஒருபொழுதும் பரலோக இராஜ்யத்தில் நுழைய முடியாது," (மத்தேயு 18:3 தமிழ் ESV). தேவனுடைய இராஜ்யத்திலுள்ள சுதந்தரத்தை பூமியிலேயே பெறும்போது கூட, நாம் குழந்தைபோன்ற எளிய நம்பிக்கையோடு பெறுகிறோம். நம்முடைய பிதாவாகிய தேவன் எவ்வளவு நல்லவர் என்பதை நம்பினால், ஒரு பிள்ளை தந்தையிடமிருந்து கேட்டு பெறுவது போல, எளிதாகக் கேட்டு எடுப்பது இயல்பாகிறது. அதேபோல நம் குணமடையும் ஜெபங்களையும் குழந்தைபோன்ற நம்பிக்கையோடு செய்ய வேண்டும்.

இயேசுவின் மரணம் மன்னிப்பும் குணமடைதலைக் கொடுக்கும்

பல இடங்களில், நம் பாவமன்னிப்பையும், குணமடைவதையும், இயேசுவின் சிலுவைச் சாவிலும் உயிர்த்தெழுதலிலும் கண்ட கிருபையோடு வேதம் இணைத்து கூறுகிறது. சங்கீதம் 103 அதை தெளிவாக விளக்குகிறது: "அவர் உன் அக்கிரமங்களையெல்லாம் மன்னித்து, உன் நோய்களையெல்லாம் குணமாக்குகிறார், உன் பிராணனை அழிவுக்கு விலக்கிமீட்டு, உன்னைக் கிருபையினாலும் இரக்கங்களினாலும் முடிசூட்டி." (சங் 103:3–4 தமிழ் ESV). இங்கே முக்கியமானது – கிறிஸ்துவின் மரிக்கும் மனப்பான்மை, பிதாவின் பலியிடும் ஏற்பாடு, நம்முடைய பாவங்களை ஏற்றுக்கொண்டு அவர் கொடுத்த மீட்பு, குணமடைதல், இரக்கத்தை நம்பிக்கையோடு பெறுவதற்கான மனப்பான்மையாகும். தினமும் மனந்திரும்பும் இருதயத்தோடு, இயேசுவின் கிருபையில் வாழ்வது, அவர் தரும் சுகத்தையும் முழுமையாக ஏற்றுக்கொள்வது தான் உண்மையான வாழ்வு.

மத்தேயு 9:1-8, மாற்கு 2:1-12, லூக்கா 5:17-26 ஆகிய இடங்களில், இயேசு ஒரு ஊனமுற்றவனை குணப்படுத்தினார். அவர் சொன்னார்: "[உன்] பாவங்கள் மன்னிக்கப்பட்டன" என்று சொல்வதா, அல்லது "எழுந்து நட" என்று சொல்வதா, எது எளிது? பூமியிலே பாவங்களை மன்னிக்க மனுஷகுமாரனுக்கு அதிகாரம் உண்டென்பதை நீங்கள் அறியவேண்டும்" (மத் 9:5-6 தமிழ் ESV)அபாவத்திலிருந்தும், நோயிலிருந்தும் மீட்புதான் இயேசுவின் அருளின் முழு பரிசாகும்.

நம்முடைய சுகத்தின் காலங்கள் – கடந்த காலம், நிகழ்காலம், எதிர்காலம்

நம்முடைய குணமடைவதை காலவரிசைப்படி அல்லாமல், கடந்தகாலம் நிகழ்காலம், எதிர்காலம் என மூன்று நிலைகளில் வேதம் காட்டுகிறது.

1 பேதுரு 2:24 தமிழ் ESV இப்படி சொல்கிறது: "அவர் தமது சரீரத்திலே நம்முடைய பாவங்களைச் சிலுவையின்மேல் சுமந்தார், அவருடைய தழும்புகளால் நீங்கள் குணமாகலாம்." அதாவது – நம் சுகம் ஏற்கனவே சிலுவையில் தரப்பட்டுவிடப்பட்டது.

எதிர்காலத்தைப் பற்றி வெளிப்படுத்தல் 21:4 தமிழ் (ESV) இவ்வாறு சொல்லுகிறது:

"அவருடைய கண்ணீர் யாவையும் தேவன் துடைப்பார், இனி மரணமுமில்லை, துக்கமுமில்லை, அலறுதலுமில்லை, வருத்தமுமில்லை, முந்தினவைகள் ஒழிந்துபோயின என்று விளம்பினது". அதனால், நாம் பூமியிலேயே குணமடைவதை காணாவிட்டாலும், பரலோகத்தில் வானத்தில் முழுமையான சுகம் உறுதியாக இருக்கிறது. நாம் பெற்ற அனைத்து குணமாக்குதல்களும் இயேசு ஏற்கனவே நமக்காக செய்த காரியத்தினாலே ஏற்பட்டது. அதேபோல், பரத்தில் நம்மை ஏற்றுக்கொள்வும், குற்றத்தின் மாற்றாக இயேசு கல்வாரியில் கொடுத்த மன்னிப்பின் அடிப்படையில் உள்ளது. சிலர் இப்போது பூமியில் தங்கள்

குணமாக்குதல்களை பெறுவதில்லை என்ற காரணம் ஒரு இரகசியமாக இருக்கிறது, ஆனால் இது நமது குணமாக்குதலின் வாக்குறுதி உறுதியானது என்ற உண்மையை மறுப்பதற்கு அல்ல, அது நமது பூமியில் உள்ள கால அளவைக் கடந்தும் நீள்கிறது. ஏனெனில் பரலோகத்தில் குணமடைந்த நிலை அனைவருக்கும் உள்ளது. சிலர் இன்னும் பூமியில் தங்களுடைய குணமாக்குதலுக்காக தேடுகிறார்களாக இருந்தாலும், நாம் குணமாக்குதலை வெளிப்படுத்துமாறு நம்பிக்கையுடன் ஜெபிக்கலாம், அதை இப்போது அல்லது வானில் காணப்போகிறோம் என்று நமக்குத் தெரியும், ஏனெனில் நமது குணமாக்குதலுக்கான விலை ஏற்கனவே செலுத்தப்பட்டு வழங்கப்பட்டுள்ளது.

வார்த்தைகள், விசுவாசம், நம்பிக்கை

உலகத்தை தேவன் உண்டாக்கிய காலத்தில்தான் வார்த்தையின் வல்லமை முதலில் தெரிந்தது. ஒவ்வொரு நாளும், அவர் படைத்ததற்கான ஒரு வார்த்தையை பேசினார்.

நாம் அவர் விசுவாசத்தின்படியிருக்கக் கட்டப்பட்டவர்கள் என்பதால், நாமும் வார்த்தைகளால் உருவாக்குதல் அவசியம். இதற்கு உதாரணமாக, உலர்ந்த எலும்புகளின் பள்ளத்தாக்கில் தீர்க்கதரிசியாகிய எசேக்கியேல் செய்தார், அவர் பேசும் வார்த்தைகள் அவை உயிர் பெறுவதற்காக உதவின. அது உயிருள்ள பெரிய படையாக மாறியது, எலும்புகளில் மாம்சமும், நுரையீரல் முழுக்க காற்றும் வந்தது (எசேக்கியேல் 37:1-14). இத்தகைய வார்த்தைகள் பயங்கரவாத சக்திகளுடன் கூடிய உடன்பாடுகளாக சொல்வதும், அதனால் மரண வார்த்தைகளாக மாறுவதும் மிக தீவிரமாக இருக்கலாம். உதாரணத்துக்காக, நாமே பாவம் செய்து விட்டோம் என்றும், எப்போதும் நோயுடன் இருப்போம் என்றும், எப்போதும் சோர்வாக இருப்போம் என்றும் சொன்னால், நமது வார்த்தைகள் நம் வாழ்வுக்கு வழிகாட்டும் செங்குத்து போல செயல்படும். இவ்வகையான பிரகடனங்கள் வாழ்வில் தீமையான பலன்களைக்கொண்டு வருகிறது.

இதற்கு மாறாக, இயேசு இயற்கை மாற்றங்களை பற்றி நமது வார்த்தைகளின் ஆற்றலுக்கு ஒரு பெரிய எடுத்துக்காட்டை அளித்தார். அவர் நண்பர்களுடன் நடந்து கொண்டிருக்கும்போது, ஒரு அத்தி மரத்தை சபித்தார். அடுத்த நாள் அந்த அத்தி மரம் பழம் பட்டுப்போனது தெரியவந்தது. அதற்கு இயேசு இவ்வாறு பதிலளித்தார்: ” இயேசு அவர்களை நோக்கி: தேவனை விசுவாசியுங்கள். மெய்யாகவே உங்களுக்குச் சொல்லுகிறேன், எவன் இந்த மலையைப் பார்த்து, நீ பெயர்ந்து கடலிலே தள்ளுண்டுபோவென்று சொல்லியும், தன் இருதயத்திலே சந்தேகப்படாமல், தான் சொன்னது நடக்கும் என்று விசுவாசித்தால், அது அவனுக்கு உண்டாகும். ஆகையால் நான் உங்களுக்குச் சொல்லுகிறேன், நீங்கள் ஜெபம் பண்ணும் போது எவைகளைக் கேட்டு வேண்டிக்கொள்கிறீர்களோ, அவைகளைப் பெற்றுக்கொண்டோம் என்று விசுவாசியுங்கள், அப்பொழுது அவைகள் உங்களுக்கு உண்டாகும்” (மாற்கு 11:22-23 தமிழ் ESV).

இந்த பயிற்சி எவ்வளவு ஆற்றல் வாய்ந்தது என்று நீங்கள் கற்பனை செய்து பாருங்கள். இவர்களுக்கு இயேசு உண்மையான ஜெபத்திற்கான விதியை பகிர்ந்திருந்தார் என்பது நமக்குநன்றாகத் தெரியும், அதனால் அவர்கள் ஆற்றல்மிக்க மாற்றங்களை உயிர்ப்பித்தனர். இயேசு மேலும் இவ்வாறு விளக்கினார்: "ஆகவே, உங்களுக்குச் சொல்கிறேன், நீங்கள் இறைவனிடம் வேண்டும்போது எவற்றையெல்லாம் கேட்பீர்களோ அவற்றைப் பெற்று விட்டீர்கள் என நம்புங்கள், நீங்கள் கேட்டபடியே நடக்கும்" (மாற்கு 11:24 தமிழ் ESV).

இயேசு விசுவாசத்தின் தைரியமான ஜெபங்களைக் கேட்கிறார் என்பது அறிவுறுத்தல் தெளிவாகிறது. அதைக் கேட்பதற்குப் பதிலாக, தடையாக இருக்கும் நபரிடம் பேசி அதை அகற்ற கட்டளையிடும்படி அவர் நமக்கு அறிவுறுத்துகிறார்.

அடுத்து அவர் பகிர்ந்து கொள்வது, நமது ஜெபம் தூய்மையைப் பெருகுவதற்கு நாம் பின்பற்ற வேண்டிய ஒரு முக்கியமான திறவுகோலாகும். 'நீங்கள் ஜெபிக்கும்போது, யாருக்காவது ஏதாவது குறை இருந்தால், அவர்களை மன்னியுங்கள், அப்போது பரலோகத்திலிருக்கிற உங்கள் பிதா உங்கள் பாவங்களை உங்களுக்கு மன்னிக்கலாம்' (மாற்கு 11:25 தமிழ் ESV). நம்மைத் துன்புறுத்தியவர்களை மன்னிப்பதன் மூலம் நம்மைத் தாழ்த்துவதற்கான இந்தப் படியை நாம் கவனிக்காமல் விடக்கூடாது, இதனால் நாம் தெளிவான இருதயத்துடன் ஜெபிக்க முடியும்.

ஒரே நாளில் அத்தி மரம் வாடிய வேகம், நாம் விசுவாசத்தில் நோயுடன் பேச முடியும் என்பதையும், அது விரைவாக வாடிவிடும் என்பதைக் காட்டுகிறது. நம்முடைய வார்த்தைகள் இயல்பாகவே நம் நம்பிக்கைகளிலிருந்து வருகின்றன, அவை நம் இருதயங்களிலிருந்து வருகின்றன, நமது நம்பிக்கை மையமாக செயல்படுகின்றன. பரிசேயர்களிடம் பேசும்போது இயேசு நம் வார்த்தைகளின் முக்கியத்துவத்தை எடுத்துரைத்தார், அவர்கள் அவரைத் தங்கள் வார்த்தைகளால் கண்டனம் செய்தனர். இயேசு,

“ஏனெனில் இருதயத்தின் நிரம்பலால் வாய் பேசும்” (மத்தேயு 12:34 தமிழ் ESV) என்றார். நமது இருதயத்தின் நிலை நாம் சொல்வதைப் பாதிக்கிறது மற்றும் நமது முழு வாழ்க்கையையும் பாதிக்கிறது என்பதால், நமது இருதயங்களைப் பாதுகாக்க எல்லா நடவடிக்கைகளையும் எடுப்பதன் முக்கியத்துவத்தை இது வலியுறுத்துகிறது எல்லாக் காவலோடும் உன் இருதயத்தைக் காத்துக்கொள், அதினிடத்தினின்று ஜீவஊற்று புறப்படும்” (நீதிமொழிகள் 4:23 தமிழ் ESV).

தனிப்பட்ட சுகமடைதல் பிரகடனம்

”கர்த்தாவே, என்னைக் குணமாக்கும், அப்பொழுது குணமாவேன், என்னை இரட்சியும், அப்பொழுது இரட்சிக்கப்படுவேன், தேவரீரே என் துதி” (எரேமியா 17:14 தமிழ் ESV). உமது சுகமீட்பை நான் பெறுகிறேன், பிதாவே. நீர் எனக்குக் கொடுத்த சுகமீட்பில் ஒவ்வொரு நாளும், ஒவ்வொரு தருணமும் வாழ்கிறேன். உமது சுகமீட்பு, பரலோக சிருஷ்டியுடைய பரிபூரண வரமாக,எனது உடலின் ஒவ்வொரு பாகத்தையும் ஆழமாகத் தொட்டுச் சுகமாக்குகிறது. (1 பேதுரு 2:24).
இப்போது என்னை பலப்படுத்துகிற உமது வல்லமையைப் பெறுகிறேன். அது உமது மகிமையின் பெரும் செல்வத்தின் நிறைவிலிருந்து பாய்கிறது. அது திருப்தியளிக்கிறது.
உமது வல்லமை என் உடலுக்கு ஆற்றலும் ஜீவனையும் தருகிறது. உமது ஆவியினால் நான் என் உடலிலும் மனதிலும் பலப்படுகிறேன் (எபேசியர் 3:16). உமது சந்நிதியில் நான் மூழ்கி, உமது ஆவியினின்று வரும் சக்தியாலும் பலத்தாலும் என் ஒவ்வொரு அணு, ஒவ்வொரு உறுப்பு, என் இரத்தம், என் எலும்புகள் அனைத்திலும் ஆழமாக நிரம்புகிறேன்.
என் பாவத்தையும் நோயையும் மீட்பதற்காக உமது குமாரனாகிய இயேசுவின் பலியையும் உம்மீது முழுமையான விசுவாசத்துடன் பிரகடனம் செய்கிறேன். இயேசு என் நோய்களையும், என் துக்கங்களையும் ஏற்று, என் சுகமீட்புக்காகவும், என் ஜீவனுக்காகவும், என் முழுமைக்காகவும்தண்டிக்கப்பட்டார் என்பதற்கு நன்றி செலுத்துகிறேன் (எசாயா 53:4). உமது வார்த்தைகளைக் கேட்டு என் இருதயத்தில் வைத்துக் கொள்கிறேன், அவை என் உடலுக்கு ஜீவனும் என் மாம்சத்திற்கு சுகமுமாக இருக்கிறது (நீதிமொழிகள் 4:20–22). உமது வார்த்தைகளை நான் தியானித்து, அவை எனக்குத் தெளிவான உண்மைகள் என்பதை முழு நம்பிக்கையுடனும் விசுவாசத்துடனும் ஏற்கிறேன். நீர் உமது வார்த்தையை அனுப்பி என்னைச் சுகப்படுத்தினீர் (சங்கீதம் 107:20). நான் என் சித்தத்தினால், உம்மில், உமது வார்த்தையிலும், உமது வாக்குறுதிகளிலும் விசுவாசத்தோடு வாழத் தேர்வு செய்கிறேன். எரேமியா கூறிய வார்த்தைகளை உமக்கு அர்ப்பணிக்கிறேன்: “கர்த்தாவே, என்னைச் சுகமாக்கும், நான் சுகமடைவேன்.” ஏனெனில், கிறிஸ்து இயேசுவோடு இணைந்த சுதந்திரவாளியாக சுகமீட்பு என் சுதந்தரம் என நம்புகிறேன். நீர் உயிர்த்தெழுதலும் ஜீவனுமாக இருக்கிறீர். என் முழு உடலிலும் – என் மூளை, இருதயம், உறுப்புகள், செல்கள், மரபணுக்கள், தோல், நுரையீரல், சுவாச

அமைப்பு தசைகள், நரம்புகள், எதிர்ப்பு சக்தி – அனைத்திலும், உயிர்த்தெழுதலின் ஜீவனையும் சுகமாக்குதலையும் முழு அளவில் நான் பெறுகிறேன். உமது பிரசன்னம் என் ஒவ்வொரு பாகத்தையும் நிரப்புகிறது, உம்மில் நான் பரிபூரணமானாவனாக மாறுகிறேன். தகப்பனே, மேலிருந்து வரும் ஒவ்வொரு நல்ல வரமும் பரிபூரணமான சுகமீட்பும் உம்மிலிருந்து வருகிறதே என்பதற்காக உமக்குத் நன்றி செலுத்துகிறேன்.

அதிகாரம் 11

விடுதலை

விடுதலை என்பது பெரும்பாலும் பேசப்படாத தலைப்புகளில் ஒன்றாக இருக்கலாம். ஆனாலும், தங்கள் குடும்ப உறுப்பினர்களில் சிலர் உடனடியாக விடுதலை தேவைப்படுகிறார்கள் என்றால், அதற்கான பதில்களைத் தேடுவது மிகவும் அவசியம். விடுதலை எவ்வாறு செயல்படுகிறது என்பதை அறியச் சிறந்த வழி, இந்த பாடத்தில் இயேசுவின் ஊழியத்திலிருந்தும், பரந்த வேதத்தில் காணப்படும் பல உதாரணங்களிலிருந்தும் கற்றுக்கொள்வதேயாகும்.

விடுதலை என்றால் என்ன?

இருளின் அதிகாரங்களிலிருந்து விடுபடுவதற்கான ஆணையைப் பற்றிய புரிதலை, ஷஆயத்தத்துடன் அணுகுவது சிறந்தது. இயேசுவின் விடுதலைக்கான உபதேசங்களை ஆராயும் போது, பிரசங்கம், சுகமடைதல், மற்றும் விடுதலை ஆகியவற்றை ஒரே நேரத்தில் கட்டளையிட்டதுடன் இவற்றிற்குள் ஆச்சரியமான ஒற்றுமை இருப்பதை காணலாம். விடுதலை உங்களுக்காகவோ, உங்கள் துணைக்காகவோ, உங்கள் பிள்ளைக்காகவோ அல்லது விரிவான குடும்ப உறுப்பினருக்காகவோ தேடப்பட்டாலும், அது சாத்தியமானதுமன்றி, விசுவாசிகளாகிய நமக்கான சுதந்திர வாரிசுரிமையில் அடங்கியுள்ளது. விடுதலை என்பது இயேசு நம்மை பங்கேற்க அழைக்கும் சுதந்திரப் பாக்கேஜில் ஒரு பகுதியாகும். மேலும், அது ஒருவருக்கொருவர் பராமரிக்கும் குடும்ப உறுப்பினர்களுக்கு அத்தியாவசிய ஆன்மீக ஆயுதமாகவும் உள்ளது.

விடுதலை பெறுவது என்பது மீட்கப்படுதல் அல்லது சுதந்திரமாக விடுவிக்கப்படுதல் என்பதாகும். எங்கள் சுதந்திரம்–கூட்டாகவும் தனிப்பட்டதாகவும்–இயேசுவின் வாழ்க்கையிலும் ஊழியத்திலும் உச்சமான குறிக்கோளாக இருந்தது: ‘கிறிஸ்து நம்மைச் சுதந்திரமாக்கியிருக்கிறதற்கு’ (கலாத்தியர் 5:1, NIV).

தேவன், யூதா மக்களின் விடுதலையை ஒரு குழந்தைப் பிறப்போடு ஒப்பிடுகிறார் (ஏசாயா 66:7–9). அவன், பிரசவ வேதனைகள் பெண்ணை எப்படி பிரசவ நொடியை நோக்கி அழைத்துச் செல்கின்றன என்பதை விவரிக்கிறார். அதைப் போலவே, நம் சொந்த விடுதலைக்குச் செல்லும் முன்பாக, நாமும் பல வேதனையான செயல்முறைகளை

அனுபவிக்கிறோம். அந்தக் கடுமையான போராட்டங்களின் அறிகுறிகளே நம்முடைய இரட்சிப்பிற்கான தேவையை உணரச் செய்கின்றன. யூதாவின் விடுதலை மறுபிறப்பை எடுத்துக்காட்டியதுபோல, நம் தனிப்பட்ட விடுதலையும் ஒரு புதிய துவக்கத்தை ஏற்படுத்துகிறது. அதனால், சாத்தானின் பிணைப்புகளிலிருந்து விடுபட்டு, கிறிஸ்துவின் சுதந்திரத்தில் வாழ இயலுகிறது. விடுதலை, ஆபிரகாமின் சந்ததிகளாகவும், தேவனுடைய குமாரர்களாகவும், குமாரத்திகளாகவும் தேவனுடைய ஆசீர்வாத வாக்குத்தத்தங்களால் நிரம்பிய எதிர்காலத்திற்கு நம்பிக்கையை அளிக்கிறது.

நாம் யூதா தேசத்தின் பரந்த கருத்தின் அடிப்படையில் விடுதலையை ஆராய்ந்தோம். ஆனால், பழைய ஏற்பாட்டில் உள்ள தனிப்பட்ட விடுதலை உதாரணங்களை நெருக்கமாகப் பார்ப்போம்.

தானியேல் சிங்கங்களின் தாக்குதலிலிருந்து அற்புதமாக விடுவிக்கப்பட்டதை நாம் வாசிக்கிறோம். அவன் தன் நண்பர்களோடு தீக்குழியிலிருந்தும் மீட்கப்பட்டான். இந்தச் சூழல்களில், பூமியிலுள்ள அதிகாரிகளின் தீய தீர்ப்பின் விளைவுகள், தேவனுடைய மக்களுக்கு பாதுகாப்பைத் தடுக்க அனுமதிக்கப்படவில்லை. தேவன், யோனாவை திமிங்கலத்தின் பிடியிலிருந்து மீட்டார், இயற்கையின் சக்திகள் கூட தேவனுடைய ஆற்றலுக்கு ஒப்பல்ல என்பதை நிரூபித்தார். எவ்வித சாத்தியமுமின்றி, பெலிஸ்திய அரக்கன் கோலியாத் இஸ்ரவேல் படையை வெல்ல முடியவில்லை, ஏனெனில் தேவன் தாவீதைக் கருவியாக அனுப்பினார். இஸ்ரவேலர்கள் செங்கடலின் ஆபத்திலிருந்து மீட்கப்பட்டு, பாதுகாப்பான நிலத்தில் கடந்தார்கள். பழைய ஏற்பாட்டில் எண்ணற்ற உதாரணங்கள் உள்ளன, ஆனால் செய்தி தெளிவாக இருக்கிறது: தேவனே தமது ஜனங்களின் விடுவிப்பவர்.

கூட்டுப் பரிமாணத்தில், தேவனுடைய மக்களுக்கு அவர் செய்த மிகப்பெரிய விடுதலை, அவர் தமது குமாரனாகிய இயேசுவை அளித்தாகும். இயேசு, நம் விடுதலையிற்கான கிருபைக்கருவியாகத் தம்மையே சமர்ப்பித்தார். இயேசுவின் மரணத்தினால், நாம் பெற்ற மிகப்பெரிய விடுதலை எது என்றால்– அது நமது இரட்சிப்பாகும். இருளிலிருந்து அவருடைய மகிமையான ஒளிக்குள் கொண்டு வரப்பட்டோம்.

பரிசுத்த ஆவியைப் பெற்றபின், இயேசு அடிக்கடி தீய ஆவிகள் பிடித்தவர்களிடமிருந்து பிசாசுகளை விரட்டினார். சினக்கோவிலில் ஜெபாலயத்தில் இருக்கும் போது, இயேசு தமது மேசியா பணியைப் பகிர்ந்து, தம் ஊழிய நோக்கம் அடக்கப்பட்டவர்களைச் சுதந்திரப்படுத்துவதாக வெளிப்படுத்தினார். ஏழு நூறு ஆண்டுகளுக்கு முன்பு ஏசாயா சொல்லிய தீர்க்கதரிசனத்தை அவர் மேற்கோள் காட்டினார்: 'கர்த்தருடைய ஆவி என்மேல் இருக்கிறான், ஏனெனில், அவர் என்னை ஏழைகளுக்கு நற்செய்தி அறிவிக்க அபிஷேகம் செய்திருக்கிறார். கைதிகளுக்கு விடுதலையையும் குருடர்களுக்குக் கண்திறப்பையும் அறிவிக்கவும், அடக்கப்பட்டவர்களை

விடுதலையாக்கவும் அவர் என்னை அனுப்பியிருக்கிறார்' (லூக்கா 4:18, NIV).அவர் தன் விடுதலை ஊழியத்தை, ஏசாயாவின் தீர்க்கதரிசனத்தின் நிறைவேற்றமாகப் பொது இடத்தில் அறிவித்தார். தேவனுடைய விடுதலை கூட்டமாக மட்டுமல்ல, தனிப்பட்டவர்களுக்காகவும் நிகழ்கிறது.

இயேசு பரம் ஏறுவதற்கு முன், பிசாசுகளை விரட்டும் பொறுப்பை விசுவாசிகளாகிய நமக்குக் கொடுத்தார் என்பது எனக்கு ஊக்கமளிப்பதாகவும், ஆனால் சவாலாகவும் உள்ளது. அவர், நாம் அதைத் தமது நாமத்தின் ஆணையால் செய்வோம் என்று உத்தரவிட்டார்: "நம்புகிறவர்களோடு கூட இந்த அடையாளங்கள் பின்தொடரும்: அவர்கள் என் நாமத்தில் பிசாசுகளைத் துரத்துவார்கள், புதிய மொழிகளைப் பேசுவார்கள்" (மாற்கு 16:17, தமிழ் ESV). வானத்திலும் பூமியிலும் உள்ள அனைத்து அதிகாரமும் இயேசுவால் நமக்குக் கொடுக்கப்பட்டுள்ளது (மத்தேயு 28:18). அவர் இந்தப் பொறுப்பை நமக்குக் கொடுத்த நேரம், பரிசுத்த ஆவியை நமக்குக் கொடுத்த நேரத்துடன் பொருந்துகிறது. விடுதலைக்கும் பரிசுத்த ஆவிக்கும் இடையே மிக நெருங்கிய இணைப்பு உள்ளது. விடுதலைக்கான ஜெபங்களில், பரிசுத்த ஆவியோடு ஈடுபடுவது மிக முக்கியம். இது, எவ்வாறு தேவனை அணுகுவது என்பதை உணர உதவுகிறது. அதே சமயம், நமது ஊழிய நேரத்தில் இயேசுவின் நாமத்தைச் சொல்லுவதும் முக்கியம். இயேசுவின் ஆற்றலும், பரிசுத்த ஆவியுடனான இணைப்பும், ஒடுக்கப்பட்டவர்களுக்காக நாம் ஜெபிக்க விரும்பும் மனப்பான்மையும் சேர்ந்து, மக்களை இருளின் அதிகாரத்திலிருந்து வல்லமையாக விடுவிக்கிறது.

தீய ஆவிகளிலிருந்து தனிப்பட்ட விடுதலை

நாம் விடுதலையை கூட்டுக் கருத்தில் பார்த்துள்ளோம், ஆனால் தனிப்பட்ட அளவிலும் விடுதலையின் தேவையானது முக்கியமாகும். சபைகள் பெரும்பாலும் தீய ஆவிகளிலிருந்து விடுதலை பெறும் செயல்முறையை 'விடுதலை' அல்லது 'விடுதலை ஊழியம்' என்று குறிப்பிடுகின்றன. தனிப்பட்ட விடுதலை என்பது பொதுவான அர்த்தத்தில் மீட்கப்படுதலைக் குறிக்கவில்லை, மாறாக, ஒன்று அல்லது அதற்கு மேற்பட்ட தீய ஆவிகளின் செல்வாக்கிலிருந்து மீட்கப்படுதலைக் குறிக்கிறது. நம் தனிப்பட்ட விடுதலை, இயேசுவால் சாத்தியமாகிறது. அவர் தமது ஊழியக்காலத்தின் போது தீய ஆவிகளை விரட்டுவதற்கு முக்கியத்துவம் கொடுத்தார். அவர் விசுவாசிகளை, தீய ஆவிகளால் பாதிக்கப்பட்டவர்களுக்காக ஜெபிக்கும்படியும் உபதேசித்தார் (மாற்கு 16:17).

மக்கள் அனுபவிக்கும் சில சாதாரண விடுதலை முறைகள்

ஆராதனை, அறிவிக்கப்பட்ட தேவனுடைய வார்த்தை மற்றும் ஜெபத்தின் விடுதலையானது மூலம் வரக்கூடும். உதாரணமாக:

- தனிப்பட்ட ஜெப ஊழியம் – இது அனுபவமுள்ள ஜெபத் தலைவர்களுடன் சபையில் நேரம் ஒதுக்கி ஏற்பாடு செய்யப்படலாம். இந்தச் சிறப்பான ஜெபங்கள் ஆன்மீக அடிமைத்தனப் பகுதிகளைச் சந்திக்கும். ஜெபிப்பவர், மத்தியஸ்தர் என்று அழைக்கப்படுபவர், நீங்கள் சந்தித்திருக்கும் எந்தவொரு மன உளைச்சல் அல்லது சூனியம் சம்பந்தப்பட்ட அனுபவங்களைப் பற்றியும் கேள்விகள் கேட்பார், வேதாகம வசனங்களை வாசிப்பார், மற்றும் அடிமைத்தனத்தை முறியடிக்க ஜெபிப்பார்.
- சபைக் கூட்டங்கள் - மக்கள் தாங்கள் பாடும் ஆராதனைப் பாடல்களையும், கேட்கும் போதனைகளையும் தழுவும்போது, அவர்கள் தேவனுடைய சத்தியத்தை நோக்கித் திரும்பி, சாத்தானின் அதிகாரத்தை எதிர்க்கத் தங்கள் சித்தத்தை வெளிப்படுத்துகிறார்கள். இது பெறுபவருக்கே கூட தெரியாமல் நடைபெறும் ஒரு மென்மையான விடுதலையாக இருக்கும் ”ஆகையால், தேவனுக்குக் கீழ்ப்படிந்திருங்கள், பிசாசுக்கு எதிர்த்து நில்லுங்கள், அப்பொழுது அவன் உங்களைவிட்டு ஓடிப்போவான் (யாக்கோபு 4:7 தமிழ் ESV).

ஒரு நாள், இயேசு தமது ஊழியத்தில் இருக்கும்போது, பிசாசு பிடித்த ஒருவனைச் சந்தித்தார் என்பதை நாம் வாசிக்கிறோம்.
”மாலைநேரம் வந்தபோது, அநேக பிசாசு பிடித்தவர்களை அவரிடம் கொண்டு வந்தார்கள். அவர் வார்த்தையினால் பிசாசுகளைத் துரத்தி, நோய்வாய்ப்பட்டிருந்த அனைவரையும் குணமாக்கினார்”(மத்தேயு 8:16, தமிழ் NIV). இயேசு தமது சீடர்களை சுவிசேஷத்தை அறிவிக்கும்படி கூறினபோது, நோயாளிகளை குணமாக்கவும், பிசாசுகளை விரட்டவும் கட்டளையிட்டார். அடிப்படையில், பரிசுத்த ஆவியுடன் கூடிய ஆழமான சந்திப்பு, உயிர்த்தெழுந்த வல்லமையை உடையதாகும். அது இருதயங்களைத் திறந்து, சுவிசேஷத்தை ஏற்றுக்கொள்ளவும் , குணமடையவும், அடக்குமுறையிலிருந்து விடுதலை பெறவும் வழிசெய்கிறது. கிறிஸ்துவின் சீடர்களாகிய நாம் ஒரு சிறிய க தேவனுக்கு சேவை செய்யவில்லை, மாறாக நம்முடைய முழுமையான சுதந்திரத்தை விரும்பும் தேவனுக்கே சேவை செய்கிறோம்.

இயேசு அசுத்த ஆவிகளை விரட்டுகிறார் : இயேசு மக்களை பிசாசு வல்லமையிலிருந்து விடுவித்த சில உதாரணங்களை கீழே சேர்த்துள்ளேன். நாமும் நமக்கான விடுதலையைப் பெறுவதிலும், சில சமயங்களில் தேவனால் பிறருக்காக ஜெபிக்கப் பயன்படுத்தப்படுவதிலும், இயேசுவின் உதாரணத்திலிருந்து கற்றுக்கொள்வது முக்கியம். முதலில் மாற்கு 5:1-20 தமிழ் ESV ஐப் பார்ப்போம்.

“லேகியோன்” எனப்படும் ஒரு மனுஷன்

மாற்கு 5:1-20 தமிழ் ESV-இல் "கதரேனருடைய அசுத்த ஆவி பிடித்த மனுஷனின் சுவிசேஷம்" என்று அழைக்கப்படுகிறது. இயேசு கதரேனருடைய தேசத்திற்குச் சென்று, அங்கு அசுத்த ஆவி பிடித்திருந்த ஒருவரை குணமாக்கினார். அவர் அந்த அசுத்த ஆவிக்கு 'லெகியோன்' என்று பெயரிட்டு, அதை பன்றிக் கூட்டத்தில் அனுப்பினார். அந்த அசுத்த ஆவியைப் பெற்ற மனிதன் பிறகு தன் சரீரத்தைத் திரும்ப அடைந்து, இயேசுவிடம் தன்னுடன் இருக்க வேண்டினான். ஆனால் இயேசு அவனை, "உன் சகோதரரையும் உறவினரையும் சென்று, கர்த்தர் உனக்குச் செய்ததையும், உனக்கு இரக்கம் காண்பித்ததையும் சொல்" என்று கூறி, அவனை அனுப்பினார்.

பிசாசு பிடித்த மனுஷன் இயேசுவை கண்டதும், அவரிடத்தில் ஓடி வந்து, அவருடைய காலில் விழுந்தான். பிசாசு பிடித்த மனுஷன், இயேசுவிடம் உதவ வல்லமையுண்டு என்பதை உள்ளுணர்வால் அறிந்தான். நாமும் விடுதலை தேடும்போது, பரிசுத்த ஆவியால் நிரம்பிய கிறிஸ்தவர்கள் பக்கமே செல்ல வேண்டும். இயேசுவே கூட, பரிசுத்த ஆவியைப் பெற்ற பிறகே விடுதலை ஊழியத்தில் செயல்பட்டார். சில சபைகளில், இந்த விதமான ஜெபத்தில் பல வருட அனுபவம் கொண்ட ஜெபக் குழு உறுப்பினர்கள் உள்ளனர், அவர்கள் ஒவ்வொருவருக்கும் தேவையான குறிப்பான ஜெபங்களைத் தீர்மானிக்க, பரிசுத்த ஆவியுடன் நெருக்கமாகச் செயல்படுகிறார்கள்.

சில நேரங்களில், சாத்தானால் பாதிக்கப்பட்டவர்கள், தேவனுடைய சந்நிதியில், ஆன்மீக மற்றும் உடல்ரீதியான பிரதியுத்தரங்களை வெளிப்படுத்தக்கூடும். குறிப்பாக ஜெப ஊழியக் கூட்டங்களின்போது பரிசுத்த ஆவி செயல்படும் நேரத்தில், கலக்கம், உடல் அதிர்வு, மற்றும் குழப்பமான நடத்தை போன்ற பிரதியுத்தரங்களைப் பார்க்கவோ அனுபவிக்கவோ நேர்ந்தாலும், அதிர்ச்சி அடைய வேண்டாம். இது, பிசாசின் செல்வாக்குகள் கலங்கடிக்கப்பட்டு, விடுதலை அருகில் இருப்பதற்கான அறிகுறியாக இருக்கலாம். இந்தத் தொடக்கச் சந்திப்பில், கட்டப்பட்ட ஒருவருக்காக ஜெபிக்கிறவர் நிலையை ஆராய்ந்து, மதிப்பீடு செய்வார்.

இயேசு, பிசாசு பிடித்த மனுஷனுடன் நடந்த தனது தொடக்கச் சந்திப்புக்குப் பின், அசுத்த ஆவிகளை அவனை விட்டுப் போகும்படி கட்டளையிட்டு, அதிகாரத்தை எடுத்துக்கொண்டார் (வசனம் 8).

ஜெபக் குழு உறுப்பினர்கள், கட்டின்மேல் அதிகாரம் செலுத்தி, அவர்கள் ஜெபிக்கும் ஒருவரின் அறிகுறிகளை கவனிக்கும்போது, பரிசுத்த ஆவியிடமிருந்து நுண்ணறிவைப் பெற முயல்வார்கள். இதற்காக சிந்தனைக்குரிய கேள்விகளை கேட்பதோடு, அந்த நபரின் அறிகுறிகள் தொடர்பான தகவல்களை வழங்கக்கூடிய செயல்களை கவனிப்பதும் அடங்கும்.

மாற்கு 5:1–20-இல் பிசாசு பிடித்த மனுஷனுக்கு இருந்த அறிகுறிகள்:

- சங்கிலிகளையே உடைக்கும் அதீத வல்லமை
- தனிமை, ஏனெனில் மக்கள் அவனுடன் தொடர்பு கொள்வதில் பாதுகாப்பாக உணரவில்லை
- இரவும் பகலும் வாடுதல் (உணர்ச்சிப் மற்றும் உடல் ரீதியாக)
- தன்னை அறுத்தல், சுய காயப்படுத்தல்

அந்த மனுஷன், இயேசுவின் அதிகாரத்தை உணர்ந்து, அவரை "உன்னதமான தேவனுடைய குமாரன்" என்று அழைத்ததால், தன்னை வேதனைப்படுத்த வேண்டாம் என்று மன்றாடினான். நாமும் விடுதலை தேவைப்படுகிற ஒருவரோடு தொடர்பு கொள்ளும் போது, நம்முடைய அதிகாரம் எந்த நிலையில் இயங்குகிறது என்பதை அவர் அறிந்து கொள்வார், ஏனெனில் நமது நிலைமை ஆவியிலே நிலைநிறுத்தப்பட்டுள்ளது. இயேசு உன்னதமானவரின் குமாரனாக நிலைபெற்றார், நாமும் கிறிஸ்துவின் அதிகாரத்தில் இயங்கி வருகிறோம், அவர் நமக்குக் கொடுத்த அதிகாரம்: "அவர்களை எல்லா பிசாசுகளையும் விரட்டும்படி" (லூக்கா 9:1). நாமும் அந்த அதிகாரத்தை வெளிப்படுத்துவது, இயேசுவின் நாமத்தை உரக்கச் சொல்லுவதாலும், சில வேத வசனங்களை வாசித்து அந்தச் சூழலில் தேவனுடைய அதிகாரத்தை அறிவிப்பதாலும் ஆகும்.

இயேசு தமது அதிகாரத்தைப் பயன்படுத்தி, பிசாசுகளை பன்றிக் கூட்டத்துக்குள் அனுப்பி, அவை கடலில் மூழ்குவதற்குச் செய்தார். அவர் பிசாசுகளோடு நம்பிக்கையோடும் தெளிவோடும் நடந்துகொண்டார், எளிதாக அவற்றைச் செல்ல அனுமதி அளித்தார். இந்த நம்பிக்கையும் தெளிவான கட்டளைகளும் நமக்கும் அவசியம். ஒவ்வொரு அசுத்த ஆவிக்கும் நாம் தெளிவான கட்டளைகளை அளிக்க வேண்டும், அவை கீழ்ப்படிதலுடன் இருக்க வேண்டும். முதலில், அவருக்காக கர்த்தர் செய்த மகத்தான காரியங்களை, இரண்டாவது, கர்த்தர் அவர்மேல் காட்டிய இரக்கத்தை இயேசு அந்த மனுஷனிடம், ஊரில் அறிவிக்கும்படிசொன்னார்அந்த மனுஷனின் விடுதலையின் விளைவாக, ஊர் மக்கள் அதிசயித்தார்கள். இன்னும் விடுதலை பெறாதவர்களின் அருகிலுள்ளவர்கள் கூட உண்மையான சுதந்திரத்தையும், வித்தியாசமான மாற்றத்தையும் தெளிவாகக் காண்கிறார்கள். விடுதலை பெற்ற ஒருவரின் வாழ்க்கையே, அவர்களின் போராட்டங்களை அறிந்த அனைவருக்கும் வல்ல சாட்சியாகிறது. இந்த வசனம், இயேசு அந்த மனுஷனைச் சாந்தமான மனநிலைக்கும் கண்ணியத்திற்கும் மீட்டுத் தந்ததை வெளிப்படுத்துகிறது. அது, அவருடைய உறவுகளை மீண்டும் சீரமைத்திருக்கக்கூடும். நாமும் அவருடைய கருவிகளாய் இருக்கிறோம், நமது கீழ்ப்படிதலால் தைரியமாக அதிகாரத்தில் இயங்கி, கட்டப்பட்டவர்களிலிருந்து பிசாசுகளை விரட்டுகிறோம். தேவன் நமக்குச் செய்த காரியங்களைச் சொல்லவும், நம் மாற்றப்பட்ட வாழ்க்கையின் சாட்சிகளால் அவர்காட்டிய இரக்கத்தை

அறிவிக்கவும் நாம் தவறக்கூடாது. இந்தச் சாட்சிகள் தேவனுடைய மகிமையைக் காட்டுவதோடு, பிறரும் தங்களுடைய சுதந்திரத்தைத் தேடத் தூண்டுகிறது.

பயமுறுத்தப்பட்ட மகன்

பயமுறுத்தப்பட்ட மகன் மறுநாளிலே, அவர்கள் மலையிலிருந்து கீழே இறங்கினபோது, திரளான மக்கள் அவரை எதிர்கொண்டனர். 38 இதோ, ஜனக்கூட்டத்தின் நடுவிலிருந்து ஒருவன் கூப்பிட்டான்: போதகரே, என் மகனை உமக்கு முன் கெஞ்சுகிறேன்; அவர் என் ஒரே பிள்ளை. 39 இதோ, ஒரு ஆவி அவரைப் பிடிக்கிறது, அவர் திடீரென்று கூக்குரலிட்டார். அது அவரைத் திணறடிக்கச் செய்கிறது, அதனால் அவர் வாயில் நுரை தள்ளி, அவரை நொறுக்கி, அவரை விட்டு விலகவே முடியாது. 40 அதைத் துரத்தும்படி உம்முடைய சீஷர்களிடம் வேண்டிக்கொண்டேன், ஆனால் அவர்களால் முடியவில்லை". (லூக்கா 9:37-40 தமிழ் ESV, மேலும் பார்க்க: மாற்கு 9:14-29 / மத்தேயு 17:14-20.)

இந்த விடுதலையின் சம்பவத்திற்கு முன் வந்த அதிகாரத்தில், இயேசுவின் உருவமாற்றத்தை மறுரூபமாகுதலைக் குறித்து வாசிக்கிறோம், அங்கு இயேசு தேவனுடைய மகிமையுடனும்? பிரகாசத்துடனும் ஒளிவீச்சுடனும் வேறுப்பட்ட அனுபவத்தில் இருந்தார். சுவிசேஷங்களில் தொடர்ந்து வரும் இரண்டு சம்பவங்களில் நாம் ஒரு சுவாரசியமான மாற்றத்தைக் காண்கிறோம். இத்தகைய வியப்பூட்டும் அற்புதமான அனுபவத்திற்குப் பின், எத்தனையோ பரிசுத்த நிகழ்ச்சிகளை எதிர்பார்க்கலாம். ஆனால் உடனடியாக அதன் பின், இயேசு ஒரு இளம் குடும்பத்தின் வாழ்க்கையில் சாத்தானின் அதிகாரத்தால் ஏற்பட்ட அவசர சந்திப்பை எதிர்கொண்டார். நாமே தேவனோடு நெருக்கமாக நடந்து, அவரோடு மகிமையான அனுபவங்களில் இருந்தாலும், நம்மைச் சுற்றியுள்ள சாத்தானின் கிரியைகளிலிருந்து விடுபட்டவர்களாக இருக்க முடியாது. அந்தப் பையனின் தந்தை மிகவும் துன்புற்று, இயேசுவிடம் வந்து, தன் இளம் மகனைப் பார்த்தருளும்படி விண்ணப்பித்தான்.

அந்தப் பையனின் அறிகுறிகள் குறித்து தகவல், தந்தையின் வாயால் இயேசுவிடம் கூறப்பட்டது, இயேசு அவனிடம் இவ்வாறு கேட்டார்: “அவன் எவ்வளவு காலமாக இவ்விதமாக இருக்கிறான்?” அந்த ஆவி பிடித்திருந்ததின் விளைவாக பையனுக்கு ஏற்பட்ட அறிகுறிகள்:

- ஒரு ஆவி உண்டாக்கும் வலிப்பு (fits) (உடல் சம்பந்தப்பட்ட fits-இல் இருந்து வேறுபட்டது)
- துன்பப்பட்டு அலறுதல்
- பேச முடியாமை
- உறுதியான உடல்
- பற்களை கடித்தல்

- convulsions (உடல் துடிப்பு)
- வாயில் நுரை
- திடீரான, வேகமான ஆன்மீக வீழ்ச்சி
- அடிபட்ட காயங்கள்
- நெருப்பிலும் நீரிலும் எறியப்படல்

விடுதலை தேடிக்கொண்டிருந்த தந்தை, இயேசுவின் வல்லமையில் தன் நம்பிக்கையை ஒப்புக்கொடுத்தது குறிப்பிடத்தக்கது. அசுத்த ஆவிகளின் அதிகாரத்தோடு நம்முடைய ஐக்கியத்தை முறியடிக்க, நம் நம்பிக்கையின் ஒப்புக்கொடுத்தல் வல்லமையான வழியாகும்.

அவனுடையத் தந்தை இவ்வாறு சொன்னான்: "நீர் விசுவாசிக்கக்கூடுமானால் ஆகும், விசுவாசிக்கிறவனுக்கு எல்லாம் கூடும்" என்றார். உடனே பிள்ளையின் தகப்பன்: "விசுவாசிக்கிறேன் ஆண்டவரே, என் அவிசுவாசம் நீங்கும்படி உதவிசெய்யும்" என்று கண்ணீரோடே சத்தமிட்டுச் சொன்னான்" (மாற்கு 9:22-24 தமிழ் ESV).

இந்தத் தந்தையின் விசுவாசமும், தாழ்மையும், தேவனுக்கான ஒப்புக்கொடுத்தலும், விடுதலை தேடும் போது மிகவும் முக்கியமானவையாக இருந்தது. இயேசுவின் பதில், அந்த மனுஷனின் மகனை அசுத்த ஆவியிலிருந்து விடுவிப்பதாக இருந்தது. "கூட்டம் வேகமாக ஓடிவருவதைக் கண்ட இயேசு, ஊமையாக்கும் பிசாசைப் பார்த்து, "செவிடியும் ஊமையுமான ஆவியே, நான் உனக்குக் கட்டளையிடுகிறேன், அவனைவிட்டுப் புறப்படு, இனி அவனுக்குள் பிரவேசிக்காதே!" என்று கூறினார்". (மாற்கு 9:25, தமிழ் ESV).

இயேசு அந்தப் பையனின் விடுதலையின் போது மூன்று காரியங்களைச் செய்தார்:

1. அசுத்த ஆவியை கண்டித்தார்
2. அதை "காது கேளாத, பேசாத ஆவி" என்று அடையாளம் காட்டினார்
3. அது வெளியேறும்படி தெளிவாகக் கட்டளையிட்டு, இனி ஒருபோதும் அவனுக்குள் ல்லக்கூடாது என்றும் அறிவித்தார்.

இதனால், இயேசு அந்தப் பையனை மீட்டெடுத்தார்:

1. சரியான ஆரோக்கியத்தில் (சுகமான உடல்)
2. கண்ணியத்தில் (சுகமான மனம்)
3. தன் குடும்பத்தோடு சரியான உறவுகளில் (சுகமான உறவுகள்)

அசுத்த ஆவிகளின் துன்பத்திலிருந்து நம்முடைய விடுதலை, நமக்கு உடலில் சுதந்திரத்தையும், சுகமான மனநிலையையும் அளிக்கிறது. அதன் தொடர்ச்சியான விளைவு ஆரோக்கியமான உறவுகளாகும். சிறையில் இருப்பவர்களை விடுதலை செய்யவே இயேசு வந்தார். பரிசுத்த ஆவியோடு நெருக்கமாகச் செயல்பட்டு, விடுதலை ஊழியத்தைத் தொடர வேண்டும் என்பதே அவருடைய போதனையும் நோக்கமுமாக இருந்தது.

இயேசு அந்த அற்புதமான விடுதலையைச் செய்வதற்கு முன், சீடர்களும் அந்தப் பையனுக்கு விடுதலைக் கொடுக்க முயன்றார்கள், ஆனால் இயேசுவைப்போல அவர்கள் வெற்றி பெறவில்லை. இதனால் அவர்கள் குழப்பமடைந்து, தனிப்பட்ட முறையில் இயேசுவிடம் அந்த விஷயத்தை கேட்டார்கள். அப்போது இயேசு, இப்படிப்பட்ட விடுதலைக்குத் தேவையானது ஜெபமும் நோன்பும்தான் என்று விளக்கினார்: "நாங்கள் ஏன் இந்த அசுத்த ஆவியை வெளியேற்ற முடியவில்லை?" என்று அவரிடம் தனியாகக் கேட்டார்கள் என்றும், அதற்கு இயேசு, "இந்தப் பிசாசு அல்லது ஆவியானது, ஜெபத்தினாலன்றி வேறெந்த விதத்திலும் வெளியேறாது" (மாற்கு 9:28-29, தமிழ் ESV).

சில பிசாசு ஆவிகள் மற்றவைகளைக் காட்டிலும் வல்லமையுள்ளவைகள், அவற்றிலிருந்து விடுதலை பெற, தேவனுடைய வல்லமையில் நம்முடைய முழு ஒப்புக்கொடுத்தலும், நம் பலவீனத்தில் அவர்மேல் சார்ந்திருப்பதுமே அவசியமாகிறது.

அதிகாரம் 12

விடுதலைக்காக நம்மை நிலைநிறுத்துதல்

உபவாசம்

பரிசுத்த ஆவியால் நிரப்பப்பட்டபோது, இயேசு முதலில் செய்தது உபவாசம்தான். அவர் வனாந்தரத்திற்கு சென்றார், நாற்பது நாட்கள் உணவு உண்ணாமல் இருந்தார். அந்தக் காலத்தில், சாத்தான் அவரை கடுமையாகச் சோதித்தான். ஆனால் தேவனுக்கு முன் அவருடைய கீழ்ப்படிதலும், தாழ்மையும், அர்ப்பணிப்பும், , சாத்தான் கொண்டுவந்த ஒவ்வொரு சோதனையையும் வெல்ல அவருக்கு வல்லமையைக் கொடுத்தது. நாம் பலவீனமாயிருக்கும் போது, அவர் வல்லவர் என்பதால் (2 கொரிந்தியர் 12:9-10), உபவாசம் என்பது நமது வல்லமையை விட்டுவிட்டு, தேவனுடைய வல்லமையைப் பெறும் வழியாகும்.

தாழ்மையடைவது - உபவாசத்தை பல வழிகளில் செய்யலாம். பொதுவாக, அது சில நாட்கள் உணவை தவிர்ப்பதோ அல்லது மாறுபட்ட உணவுக் கட்டுப்பாட்டைப் பின்பற்றுவதோ ஆகும். இது தேவனுக்கு முன் நம்மைத் தாழ்மையடையச் செய்கிறது. நாம் உணவைத் தவிர்க்கும்போது, நமது உடல் பலவீனமடைகிறது, நமது இருதயம் இயல்பாகவே தேவனை நோக்கித் திரும்புகிறது. உபவாசத்தின் நாட்களில், நம்முடைய வாழ்க்கையில் பெருமையும் சுயநிறைவும் வாடி, அவர்மேல் சார்ந்திருக்கும் இடம் உருவாகிறது, அப்பொழுது தேவனுடைய வல்லமையும் கிரியையும் நமக்காக வெளிப்படுவதை நாம் காண்கிறோம். இயேசு பூமியில் லுள்ள தமது அதிகாரப்பூர்வ ஊழியத்தைத் தொடங்குவதற்கு முன் நாற்பது நாட்கள் வனாந்தரத்தில் உபவாசம் இருந்தார். இந்த முறையை அவர் நமக்கு முன்னுதாரணமாகக் காட்டியும், கற்பித்தும் இருக்கிறார். மேலும், உபவாசத்துக்கு ஒரு பலன் இருப்பதையும் அவர் வெளிப்படுத்தினார்: ”உபவாசம் செய்யும்போது, மாயக்காரரைப் போல சோகமான முகங்களைக் காட்டாதீர்கள், அவர்கள் தங்களை உபவாசிப்பதைக் காட்ட மற்றவர்களுக்குத் தங்கள் முகங்களைக் கெடுத்துக் கொள்கிறார்கள். நான் உங்களுக்கு உண்மையாகச் சொல்கிறேன், அவர்களுக்கு ஏற்கனவே அவர்களுடைய கூலி கிடைத்துவிட்டது.

ஆனால் நீங்கள் உபவாசம் செய்யும்போது, உங்கள் முகத்தைக் கழுவி, உங்களை மேலும் மெருகேற்றிக் கொள்ளுங்கள், உங்களை உபவாசிப்பதைக் காட்ட அல்ல, மாறாக இரகசியமாக இருக்கும் உங்கள் பிதாவிற்கு மட்டுமே. இரகசியமான காரியங்களை அறிந்த உங்கள் பிதா உங்களுக்குப் பிரதிபலிக்கிறார்" (மத்தேயு 6:16–18, தமிழ் ESV).

உபவாசத்தின் பலன் நமது ஆன்மீக வாழ்க்கையில் முறிவை உண்டாக்குகிறது, அது நமது உடல் வாழ்க்கையையும் பாதிக்கிறது. அதனால்தான் உபவாசம் விடுதலைக்கும் சுகத்துக்கும் ஒரு வல்லமையான கருவியாகிறது. வாழ்க்கையை மாற்றும் அந்த பலன், தேவனோடு நாம் வளர்த்துக்கொள்ளும் ஆழமான உறவிலிருந்து பாய்கிறது.

"தன்னை உயர்த்துகிறவன் தாழ்த்தப்படுவான், தன்னைத் தாழ்த்துகிறவன் உயர்த்தப்படுவான்" (மத்தேயு 23:12, தமிழ் ESV). வேதத்தில் மீண்டும் மீண்டுமாக, இஸ்ரவேல் ஜனங்கள் தங்களைத் தாழ்த்தி, தேவனை நோக்கித் திரும்பும்போது, தேவனுடைய இரக்கம் அவர்கள்மேல் பொங்குவதை நாம் காண்கிறோம். என் நாமம் தரிக்கப்பட்ட என் ஜனங்கள் தங்களைத் தாழ்த்தி, ஜெபம்பண்ணி, என் முகத்தைத் தேடி, தங்கள் பொல்லாத வழிகளைவிட்டுத் திரும்பினால், அப்பொழுது பரலோகத்திலிருக்கிற என் சந்நிதியிலிருந்து நான் அவர்கள் விண்ணப்பங்களைக் கேட்டு, அவர்கள் பாவங்களை மன்னித்து, அவர்கள் தேசத்தை குணமாக்குவேன் (2 நாளாகமம் 7:14, தமிழ் ESV). விடுதலைத் தேடுகிறவர்களுக்கு, உபவாசம் நம்மை பலவீனப்படுத்தி, தாழ்மையடையச் செய்யும் ஒரு வல்லமான வழியாகிறது. பொதுவான உபவாச காலங்கள் - உணவில்லாமல் மூன்று நாட்கள், அல்லது வழக்கமான உணவுகளைப் பகுதியளவில் தவிர்த்து ஏழு, இருபத்தொன்று, நாற்பது நாட்கள் ஆகும்.

விடுதலை - சில விடுதலைப்பிரதேசங்களுக்கு முறிவுக்காக உபவாசம் தேவைப்படுவதாக இயேசு தமது சீடர்களிடம் விளக்கினார். "அதற்கு அவர்: இவ்வகைப் பிசாசு ஜெபத்தினாலும் உபவாசத்தினாலுமேயன்றி மற்றெவ்விதத்தினாலும் புறப்பட்டுப்போகாது" மாற்கு 9:29). பல்வேறு சூழ்நிலைகளில் இயேசு ஜனங்களுக்கு விடுதலைக் கொடுத்தார், சில நேரங்களில் உபவாசமே மிக முக்கியமான ஆயுதமாக இருப்பதாக அவர் சீடர்களிடம் எடுத்துரைத்தார். நீங்கள் விடுதலைக்காக ஜெபித்தும், எழுப்புதல் காணவில்லை என்றால், உபவாசமும் ஜெபமும் தான் உங்களுடைய போர் ஆயுதங்கள். அவை சுமையின் நுகத்தை முறித்து, கட்டப்பட்டவர்களை விடுதலையாக்கும். உபவாசத்தின் முக்கிய அம்சங்களில் ஒன்று அநியாயத்திலிருந்து விலகுவது. உணவின் பொருட்டு மட்டுமல்ல, நம் இருதயத்தின் நிலையும் முக்கியம். நாம் இரக்கத்தையும் நீதியையும் நேசிக்க வேண்டும், விடுதலையை நாடிக்கொண்டே அன்பை விரும்ப வேண்டும். எசாயா 58:6–9-ல், உபவாசம் குறித்து எவ்வாறு தெளிவாக எடுத்துரைக்கப்படுகிறதென நான் படிக்கும் போதே, என் இருதயம் தேவனுடைய சித்தத்தைப் பார்க்கத் தீவிரமாய் அசைக்கப்படுகிறது:

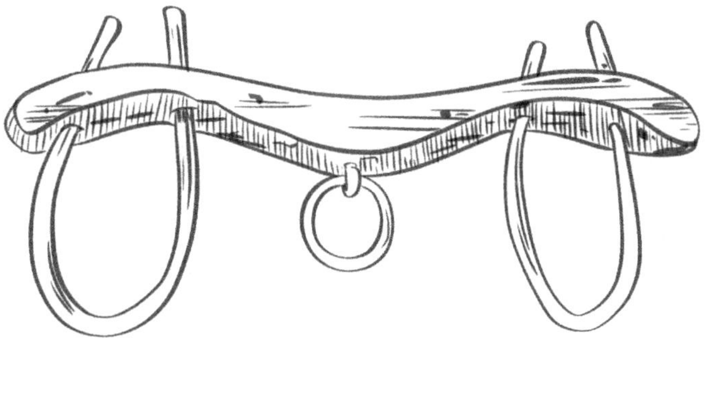

சரியான வாழ்க்கையிலும் ஜெபத்திலும் மற்றவர்களோடு நியாயமாக வாழ்வது

"நான் விரும்புகின்ற மிகச் சிறந்த நோன்பு, தீமையின் பிணைப்புகளை அவிழ்ப்பதும், நுகத்தடியின் இறுக்கங்களைத் தளர்த்துவதும், நெருக்கப்பட்டவர்களுக்கு விடுதலை அளிப்பதும், சகலவிதமான நுகத்தடிகளையும் உடைத்து எறிவதுமே ஆகும்."

ஏழைகளுக்குப் பரிவு காட்டுவது

> *"பசியுள்ளவனுக்காய்ப் புசிப்புத் தாகமாகிறவனுக்காய்ப் பாதை திறப்பதும், ஏழையானவனை உன்னிடத்தில் சேர்ப்பதும், நிர்வாணியைக் கண்டு உடுத்துவதும், உற்ற சொந்தக்காரன் தன்னை மறைத்துக் கொள்ளாதிருப்பதும், உங்கள் இன்பங்களை உங்களில் மறைத்துக் கொள்ளாதிருப்பதும் தான் அப்படிப்பட்ட நோன்பாகும்."*

பரிசுத்த ஆவியின் வெளிப்பாட்டில் வாழ்வது

> *"அப்பொழுது உன் வெளிச்சம் காலையின் வெளிச்சம்போலத் தோன்றும்; நீ சீக்கிரமாய் குணமடைவாய்; உன் நீதி உனக்கு முன்பாகச் செல்லும்; கர்த்தருடைய மகிமை உன்னைப் பாதுகாக்கும்." (எசாயா 58:6-9, தமிழ் ESV)*

உபவாசம் என்பது பரிசுத்த ஆவியின் திட்டங்களில் ஒத்திசைவாக நம்மை நிலைநிறுத்தும் தனித்துவமான வழியாகும். ஜெபத்துடனும் உபவாசத்துடனும் இருக்கும் நாட்கள், குறிப்பிட்ட விடுதலைத் தேவைகளுக்கான வெளிப்பாட்டை நமக்கு வழங்குகின்றன. முக்கியமான கேள்விகளை கேட்கவும், வல்லமையான வேதாகம வசனங்களை அறிவிக்கவும், குறிப்பிட்ட ஜெபங்களை ஜெபிக்கவும் பரிசுத்த ஆவி வழிநடத்துகிறார்.

உபவாசம் அடுத்த கட்ட விடுதலையை சுதந்திரத்தை அடைவதற்கும் மிகவும் உதவிகரமானது, அதாவது, பரிசுத்த ஆவியின் சித்தத்தின்படி கிறிஸ்தவ வாழ்க்கையில் நடப்பதற்கு உதவிகரமாக இருக்கும். அப்போஸ்தலர் நிகழ்ச்சிகளில், முதல் சபையின் தலைவர்கள், ஊழிய முடிவுகளுக்காகவும், சீடர்களுக்கான தேவனுடைய அழைப்பை அறிந்துகொள்ளவும் ஜெபத்தையும் உபவாசத்தையும் பயன்படுத்தினர். தீர்க்கதரிசிகளும் ஆசான்களும், பரிசுத்த ஆவியால் ஜெபத்திலும் உபவாசத்திலும் பெற்ற அறிவின்படி, பர்னபாவையும் சவுலையும் ஊழியத்திற்காகக் கைவைத்து அனுப்பினர்:

அந்தியோகியா பட்டணத்தில் இருந்த சபையிலே, பர்னபாவும், நீகர் என்று அழைக்கப்படும் சிமியோனும், சிரேனே ஊரானாகிய லூக்கியும், மனேனும் (ஏரோதின் வளர்ப்பில் இருந்தவர்), சவுலும் தீர்க்கதரிசிகளாகவும் போதகர்களாகவும் இருந்தார்கள்.
கர்த்தருக்கு ஆராதனை செய்து உபவாசம்பண்ணிக்கொண்டிருக்கும்போது, பரிசுத்த ஆவியானவர், "நான் பர்னபாவையும் சவுலையும் அழைத்த ஊழியத்திற்காக அவர்களை எனக்காக ஒதுக்குங்கள்" என்று கூறினார். அதன்பின், அவர்கள் உபவாசித்து, ஜெபம்பண்ணி, அவர்கள்மேல் கைகளை வைத்து அனுப்பினர். இவ்வாறு, பரிசுத்த ஆவியினால் அனுப்பப்பட்ட அவர்கள், கீழ்நோக்கி வந்து, செலூக்கியா சென்று அங்கிருந்து சீப்புருக்குச் சென்றார்கள் (அப்போஸ்தலர் 13:1-4, தமிழ் ESV).

விடுதலைக்கு முன் ஆயத்தம்

கிறிஸ்தவர்கள் மன்னிப்பின் தேவையான படிகளை முதலில் கடந்து விடாமல், துஷ்டஆவிகளிடமிருந்து விடுதலைக்காக ஜெபிப்பதை நான் எச்சரிக்கையுடன் அணுகும்படி அறிவுறுத்துகிறேன். ஏனெனில் மன்னிக்காமை, சாத்தானுக்கு தங்குவதற்கான சட்டபூர்வமான உரிமையை வழங்குகிறது. விடுதலைக்காக ஜெபிப்பதற்கு முன், சாத்தானுக்கு உள்ள எந்தவொரு சட்ட உரிமையையும் கொடுக்க வேண்டாம். இயேசுவின் நாமத்தை அறிவித்தும், வேதாகம வசனங்களை உரக்க வாசித்தும் சாத்தான் ஓடச் செய்யலாம். கீழே உள்ள விடுதலைக்கு முன்னான ஜெபம் உங்களைத் துன்பப்படுத்தியவர்களை மன்னிக்கவும், உங்கள் வாழ்க்கையில் உள்ள பாவத்தைத் துறக்கவும் வழிநடத்தும். உங்கள் விடுதலைக்கான முன்னான ஜெபத்தைப் படிப்பதற்கு முன் கவனிக்க வேண்டிய சில தூண்டுதல்கள் இங்கே உள்ளன:

சிந்தியுங்கள்:

- நான் எந்தவொரு கள்ள உபதேசத்தோடு இரகசிய (Occult) தொடர்பில் இருந்தேனா? (மந்திரங்கள், ஜோசியர்களைச் சந்தித்தல், ஒயிஜா பலகை, சாபங்கள் அல்லது பிற)?
- உறவுகளில் பிளவை உண்டாக்கும் செயல்களில் ஈடுபட்டேனா? (பொய், பொய்யான குற்றச்சாட்டு, வதந்தி அல்லது பிற)?
- பிற மனிதர்களிடமிருந்து அல்லது வியாபாரங்களில் அநியாயமாகப் பலன் பெற்றேனா? (திருட்டு, மோசடி அல்லது பிற)?
- தேவனுடைய திட்டங்களுக்கு வெளியில் எந்தவொரு பாலியல் அனுபவங்களிலும் ஈடுபட்டேனா? (விபச்சாரம், விரோதம், அசுத்தம்)?
- வேறு எந்த பாவப்பகுதிகள்

தேவன் தம்முடைய குமாரனை உலகை தண்டிக்க அனுப்பாமல், அவர் மூலமாக உலகம் இரட்சிக்கப்படுவதற்காக அனுப்பினார். அவரை விசுவாசிக்கிறவன் தண்டிக்கப்படுவதில்லை, ஆனால் ஒரேபேறான தேவனுடைய நாமத்தின்மேல் விசுவாசமில்லாதிருக்கின்றபடியால், அவன் ஏற்கனவே தண்டிக்கப்பட்டவனாயிருக்கிறான் யோவான் 3:17-18, தமிழ் ESV).

- விடுதலைக்காக ஜெபிப்பதற்கு முன், இந்த படிகளை கவனியுங்கள்.

கீழே உள்ள விடுதலைக்கு முன்னான ஜெபத்தில் முக்கிய அம்சங்களாக நான்கு படிகள் உள்ளன:

1. மனந்திரும்புதல்
2. பிறரை மன்னித்தல்
3. இரட்சிப்பு
4. வேதாகம வசனங்களை உரக்க வாசிக்கும் வல்லமை

விடுதலைக்கு முன் ஜெபம்

கர்த்தாவே, நீர் என் தோளிலிருந்து சுமையையும், என் கழுத்திலிருந்து நுகத்தையும் அகற்ற வல்லவர். உமது அபிஷேகத்தினால், என் கட்டுகளின் நுகம் முறியப்படும் என்று விசுவாசத்தில் நான் நம்புகிறேன் (எசாயா 10:27).

இயேசுவே, உம்மை என் கர்த்தராகவும் இரட்சகராகவும் ஏற்றுக்கொள்கிறேன். என் இருதயத்தை குணமாக்கவும், இருளிலிருந்து என்னை விடுவிக்கவும் நீர் மரித்தும் உயிர்த்தெழுந்தும் இருக்கிறீர். சாத்தான் என்னை அடிமைப்படுத்திய இடங்களில் இருந்து என்னை விடுவிக்கவும், எனக்கெதிராக அவன் வைத்த ஒவ்வொரு வல்லமையிலிருந்தும் என்னை விடுதலை செய்யவும் நீர் வந்தீர்.

கர்த்தாவே, நான் அறிந்தும் அறியாமலும் செய்த ஒவ்வொரு பாவத்திற்கும் நான் மனந்திரும்புகிறேன், அவற்றின் மூலம் சாத்தான் என் வாழ்க்கையின் பகுதிகளைப் பிடிக்க வாய்ப்பு பெற்றான். பரிசுத்த ஆவியே, இப்பொழுது நான் பிதாவுக்கும் இயேசுவுக்கும் அறிக்கையிடும்படி, எனது மனதில் ஒவ்வொரு காரியத்தையும் நினைவுகூர்ந்தருளும்:

பிதாவே, நான் ________, ____________, __________, ________ ஆகியவற்றிற்காக உம்மிடத்தில் மன்னிப்புக் கேட்டுக்கொள்கிறேன்.

நான் மனந்திரும்புகிறேன். உம்மோடு எனது உறவை மீறிய ஒவ்வொரு தொடர்புக்கும், பங்கேற்புக்கும், செயலுக்கும் வருந்துகிறேன். என் பாவங்களைச் சுத்திகரிக்கும் உமது இரத்தத்திற்காக நன்றி, இயேசுவே. அது எனக்கு உமது அற்புத மன்னிப்பையும் கிருபையையும் உயிர்த்தெழுந்த வாழ்க்கையையும் தருகிறது.

முந்தைய தலைமுறைகளில் நிகழ்ந்த பாவங்களின் விளைவாக, என் இரத்தத்தில் பாவத்தின் வல்லமை வந்து இருந்தால், என் இரத்தப்பரம்பரையை இப்பொழுது சுத்திகரித்தருளும். என் முன்னோர்களின் சார்பாக, (பரிசுத்த ஆவி குறிப்பிட்ட விஷயங்களை நினைவுப்படுத்தும்போது காத்திருங்கள்) __________ ஆகியவற்றில் அவர்கள் ஈடுபட்டதற்காக மனந்திரும்புகிறேன். எங்கள் குடும்ப உறவை மீறிய அந்தச் செயல்களுக்காக நான் வருந்துகிறேன். என் முன்னோர்களின் இரத்தப்பரம்பரையின் மூலம் வந்த பாவத்தின் வல்லமையை இயேசுவின் கிருபையால் இரத்து செய்கிறேன். கிறிஸ்து இயேசுவில் நான் புதிய படைப்பாய் இருக்கிறேன் என்று அறிவிக்கிறேன், பழையவை ஒழிந்துபோயின, எல்லம் புதியவையாயின. (2 கொரிந்தியர் 5:17). நீர் உயர்ந்த இடத்தில் அமர்ந்தவரும், எங்கள் குடும்பத்தின் கர்த்தருமாக இருக்கிறீர். எங்கள் தலைமுறைகள் முழுவதும் நீர் எங்கள் வாசஸ்தலமாக இருக்கிறீர் (சங்கீதம் 90:1). கர்த்தரின் நாமம் பலத்த துருகம், நீதிமான் அதற்குள் ஓடிச் சுகமாயிருப்பான் (நீதிமொழிகள் 18:10).

உமக்கு கீழ்படியும் கீழ்ப்படிதலால், என்னைத் துன்பப்படுத்தியவர்களை மன்னிக்கத் தேர்ந்தெடுக்கிறேன். அவர்களுடைய செயல்களை நான் நியாயப்படுத்தவில்லை, ஆனால் கசப்பையும் காயத்தையும் குற்றச்சாட்டையும் பிடித்துக்கொள்ளும் உரிமையை விட்டுவிடுகிறேன். நான் அவர்களை மன்னித்து, என் இருதயத்திலிருந்து அவர்களை விடுவிக்கிறேன். என் இருதயத்தின் காயத்தை விடுவிக்கிறேன், அதன்மூலம் என்னுடனிருந்த வெறுப்பு மற்றும் கோபத்தின் பிடியையும் விடுவிக்கிறேன். ஒவ்வொரு குற்றச்சாட்டையும் சுவாசித்து வெளியேற்றுகிறேன், பரிசுத்த ஆவியின் விடுதலையை சுவாசிக்கிறேன். கர்த்தாவே, உமக்கு நன்றி.

பயத்திலிருந்து விடுதலைக்கான ஜெபம்

என்னைத் தொந்தரவு செய்த கர்த்தத்துவங்களையும் அதிகாரங்களையும் இயேசு களைந்துபோட்டார் என்று அறிவிக்கிறேன். அவர் சிலுவையின் மூலம் அவர்கள்மேல் ஜெயித்து, அவர்களை வெளிப்படையாக வெட்கப்படுத்தினார் (கொலோசெயர் 2:15). என் என் முடிவுகள், வார்த்தைகள், உறவுகளை நடத்த என் வாழ்க்கையில் பயம் அனுமதி பெற்ற இடங்களில், நீர் என்னை மன்னிக்கும்படி கேட்டுக்கொள்கிறேன். என் நினைவுகள், என் மனம், என் இருதயம்,

என் உடல், எனது வயிறு, தோள்கள், கழுத்து உட்பட, எல்லாவற்றிலிருந்தும் பயத்தை வெளியேற்றுகிறேன். (உங்களை ஒடுக்கிக் கொண்டிருந்த பயத்தை வெளியே சுவாசித்து, உதிர்த்துவிட ஒரு கணம் எடுத்துக்கொள்ளுங்கள், அனைத்து பயத்தையும் இப்போது வெளியேற்றுங்கள்.) என் மூளை, என் அமிக்டாலா மற்றும் என் மனமும் நினைவுகளிலும், உடலிலும் சேமிக்கப்பட்டிருந்த பயப்பகுதிகளுக்கும் குணமாகுதலைக் கட்டளையிடுகிறேன், முழுமையான விடுதலைக்கு இப்போது ஜெபிக்கிறேன், ஆண்டவரே, உமக்கு நன்றி. பழைய பயப்போக்குகள் என் மூளையில் தூண்டப்பட்ட இடங்களில், உமது குணமாக்குதலை கேட்கிறேன், ஆண்டவரே. காயங்களும் அதிர்ச்சிகளும் மூலமாக பயம் என் உடலிலும், மூளையிலும், நினைவுகளிலும் நுழைந்த இடங்களில், அந்த இணைப்புகளையும் உடன்படிக்கைகளையும் இப்பொழுதே ரத்து செய்யும்படி கேட்கிறேன், ஆண்டவரே. கடந்த கால காயங்கள் மூலம் இருந்த எல்லா வாயில்களும் இப்போது மூடப்பட்டுவிட்டன. ஒவ்வொரு நுழைவு இடத்தையும் குணமாக்கி, பயத்திற்கு இருக்கும் அணுகலை இப்பொழுதே மூடிவிட்டதற்கு நன்றி. தலைமுறை பயத்தின் மூலமாக வந்த ஒவ்வொரு பணிப்புகளையும் சாபங்களையும் ரத்து செய்கிறேன். என் உடலில் சேமிக்கப்பட்டிருந்த ஒவ்வொரு காயங்களையும் இப்பொழுது நீக்கிவிட்டதற்கு நன்றி, ஆண்டவரே, இதனால் என் பிள்ளைகளும் எதிர்கால பிள்ளைகளும் இந்தச் சுழற்சியிலிருந்து விடுவிக்கப்பட்டுள்ளனர். பயத்திற்கு இருக்கும் கதவு இப்போது மூடப்பட்டுவிட்டது, ஒவ்வொரு விதத்திலும், நான் கிறிஸ்துவின் மூலம் ஒரு புதிய படைப்பாய் இருக்கிறேன். உம்மீது என் முழு இருதயத்தோடும் நம்பிக்கை வைக்க உமது கிருபையும் தன்னம்பிக்கையும் தரும்படி கேட்கிறேன். இயேசு எனக்கு அளித்த சமாதானத்தில் வாழத் தேர்ந்தெடுக்கிறேன் (யோவான் 14:23).

ஆண்டவரே, உம்மோடு வல்லமை வாய்ந்த வாழ்க்கையை வாழும்படி என்னை உருவாக்கினதற்கு நன்றி. சர்ப்பங்களையும், தேள், பாம்புகளையும் மிதிப்பதற்கும், சாத்தானின் எல்லா வல்லமைகளையும் தீங்கு இல்லாமல் வெல்வதற்கும் இயேசு எனக்குக் கொடுத்த அதிகாரத்தில் வாழ்வதற்கு (லூக்கா 10:18–19). விசுவாசத்தின் மூலம், உம்மை அறிவதற்கு விரோதமாய் சாத்தான் எழுப்பிய ஒவ்வொரு ஆயுதமும், பலமான கோட்டையும் கீழே தள்ளப்பட்டு, முழு கீழ்ப்படிதலோடு கிறிஸ்துவுக்குள் சிறைபிடிக்கப்படுவதாக அறிவிக்கிறேன் (2 கொரிந்தியர் 10:4–5). எங்கள் ஆண்டவராகிய கிறிஸ்துவின் மூலம் நான் ஜெயித்தவன் என்று நன்றி கூறுகிறேன் (யோவான் 16:33). எங்கள் ஆண்டவராகிய இயேசுகிறிஸ்துவின் மூலம் வெற்றியைக் கொடுக்கும் தேவனுக்கே ஸ்தோத்திரம் (1 கொரிந்தியர் 15:57). ஆண்டவரே, சோதனைகளை எதிர்ப்பதற்கும், தீமையிலிருந்து விடுதலை பெறவும், தினமும் எனக்கு உமது கிருபையை அளிக்கும்படி ஜெபிக்கிறேன். இராஜ்ஜியம், வல்லமை, மகிமை என் வாழ்க்கையில் இன்றும் நாளையும் என்றென்றைக்கும் உம்முடையதே. ஆமென்.

நிராகரிப்பிலிருந்து விடுதலைக்கான ஜெபம்

ஆண்டவரே, என் இருதயம் தனிமை, நிராகரிப்பு, தனித்துவத்தில் வாழ்ந்த இடங்களில், என் இருதயத்தில் பிடித்திருந்த நிராகரிப்பை நான் துறக்கிறேன். நான் அன்பிலிருந்து பிரிக்கப்பட்டவன் என்று நம்பச் செய்த ஒவ்வொரு அனுபவத்திற்கும், அந்த பொய்களை நான் துறக்கிறேன்.

(நீங்கள் நம்பியிருந்த பொய்களை உரக்கச் சொல்லி, தேவன் உங்களை மன்னிக்கும்படி கேட்டுக்கொள்ளுங்கள். "என்னை யாரும் விரும்பவில்லை, நான் பிறக்கவேண்டியவன் அல்ல, நான் ஒரு சுமை, நான் ஒரு பிரச்சனை" போன்ற பொய்கள். இது கடினமானது, ஆனால் நீங்கள் இந்தப் பொய்களை விசுவாசத்தில் ஒப்புக்கொடுக்கிறீர்கள், தேவன் உங்கள் மனமும் இருதயத்திலும் இருந்து இந்தப் பொய்களின் வல்லமையை முறியடிக்கிறார் என்று நம்புகிறீர்கள்.)

என் மூளைவும் உடலும் நிராகரிப்புடன் செய்திருந்த ஒப்பந்தங்களை ரத்து செய்ததற்கும், என் வாழ்க்கையின் காலவரிசையில் குணமாக்கலைச் செய்வதற்கும், என் உணர்ச்சிகளையும் உடல் பாதுகாப்பையும் சிதைத்த ஒவ்வொரு நிகழ்விலும் உமது குணமாக்கும் வல்லமையை வைத்ததற்கும் உமக்குப் நன்றி. என் உணர்ச்சி வளர்ச்சியை எதிர்மறையாக பாதித்த ஒவ்வொரு நிகழ்விலும். என் வளர்ச்சி தடைப்பட்டிருந்த ஒவ்வொரு பகுதிக்கும் நீர் உமது கிருபையால் பரிபூரணமாக்கும்படி கேட்டுக்கொள்கிறேன். என் மூளை, சிந்தனை முறை, நரம்புகள், தொடர்புகளில் சமநிலையை மீட்டுத்தரும்படி கேட்கிறேன். மீண்டும் மீண்டுமாக சுழலும் துன்பகரமான, வருந்தும், காயப்படுத்தும் சிந்தனைகள் இருந்த இடங்களில், அந்தச் சுழற்சியை நீர் ரத்து செய்யும்படி ஜெபிக்கிறேன். என் நினைவுகளை மறுசீரமைத்து, ஊக்கமூட்டும் மற்றும் அன்பான நினைவுகளை எளிதில் அணுகக்கூடியதாக ஆக்கும்படி கேட்கிறேன்.

என்னை நேசிக்கும் உமது அன்பிற்கு நன்றி. எதுவும் என்னை உமது அன்பிலிருந்து பிரிக்க முடியாது. நான் அநாதை ஆவியுடன் வாழ்ந்த இடங்களில், என்னைத் தவறாகப் புரிந்துகொண்டு, உமது உண்மையை மறுத்ததற்காக மன்னிக்கும்படி கேட்டுக்கொள்கிறேன். நான் மிக

உயர்ந்த தேவனுடைய பிள்ளையாகவும், உம்மூலம் ஒரு ן9 சுதந்திரவாளியாகவும் இருக்கிறேன் என்ற என் அடையாளத்தில் வாழத் தேர்ந்தெடுக்கிறேன் (2 தீமோத்தேயு 3:16, கலாத்தியர் 4:7). பிதாவே, உம்மோடு நட்பில் வாழமுடியும் என்பதற்காக நன்றி (யோவான் 15:15). எங்களைப் பிரித்திருந்த திரை கிறிஸ்துவின் மூலம் கிழிக்கப்பட்டதால், நெருங்கிய உறவில் வாழமுடிகிறது. என்னை நேசித்து, ஏற்றுக்கொண்டு, படைத்து, தேர்ந்தெடுத்து, விரும்பியதற்காக உமக்குப் நன்றி. நீர் என் நடுவில் இரட்சிக்க இருக்கிறீர், மகிழ்ச்சியோடு என்னைக் காப்பாற்றுகிறீர், உமது அன்பினால் என் இருதயத்தை அமைதிப்படுத்துகிறீர் (செப்பனியா 3:17). உமது மிகுந்த நித்திய அன்பை நான் பெற்றுக்கொள்கிறேன், அதை என் இருதயத்தில், உடலில், மனதில் தாங்கிக்கொள்கிறேன். ஆண்டவரே உமக்கு நன்றி.

அசுத்த ஆவிகள் நிறைந்த வீடுகள்

சில நேரங்களில், கிறிஸ்தவர்கள் தாங்கள் வாழும் புதிய அல்லது ஏற்கனவே உள்ள வீடுகளில் அமானுஷ்ய செயல்பாடுகள் நடைபெறுவதை, அல்லது விளக்க முடியாத ஒடுக்குமுறையால் நிறைந்த சூழலைக் காணலாம். கிறிஸ்தவர்கள் பிசாசு ஆவிகளோடு சேர்ந்து வாழ்வதை சகித்துக்கொள்ளக் கூடாது. எங்கோ ஒரு இடத்தில், பிசாசின் அதிகாரங்களுக்கு சில சட்டப்பூர்வ உரிமைகள் கிடைத்திருக்கலாம். அந்த வீட்டில் அல்லது நிலத்தில் நடந்த வன்முறை அல்லது துஷ்பிரயோக செயல்கள், சூனியக்காரப் பழக்கங்கள், சடங்குகள், சூனியம், ஒய்ஜா பலகை, ஜாதகம் போன்றவற்றின் மூலம் பிசாசுகள் அந்த இடத்துக்குள் நுழையலாம். இது வீடு வாங்குவதற்கு முன் அல்லது வாடகைக்கு எடுப்பதற்கு முன் நடந்திருக்கக்கூடும். நமது வாழ்க்கையில் பிசாசுக்கான இடத்தை அனுமதிப்பது, அசுத்த ஆவிகளுக்கு அந்த சூழலில் பிசாசு வல்லமைகளை வளர்க்க முடிவில்லா அழைப்பாகிறது. அவர்கள் வீட்டின் உறவுகளை சிதைக்கவும், கலக்கத்தையும் குழப்பத்தையும் உண்டாக்கவும் மட்டுமல்லாமல், பயம், குழப்பம், குழப்பத்துடன் நபர்களை வாட்டவும் செய்கின்றன.

கீழே உள்ள வேத வசனத்தில், கிறிஸ்தவர்கள் ஒரு வீட்டைப் போன்றவர்கள் என்று இயேசு விளக்குகிறார், நாம் பிசாசிலிருந்து சுத்தமாகி விடுதலை பெறும்போது, சூனியக்காரச் செயல்களுக்கு கதவை மூடாமல் விட்டால், இன்னும் மோசமான செயல்களை நாமே அழைக்கிறோம்.

"ஒரு அசுத்த ஆவி மனிதனை விட்டுப் புறப்படும்போது, அது வறண்ட இடங்களில் இளைப்பாறுதல் தேடி அலைகிறது. அப்போது, 'நான் புறப்பட்ட என் வீட்டிற்குத் திரும்புவேன்' என்று சொல்லும். திரும்பி வந்து, அதைவிட மோசமான ஏழு ஆவிகளுடன் வந்து அங்கே குடியேறும்; அப்பொழுது, அந்த மனிதனுக்கு முந்தைய நிலைமையைவிட கடைசி நிலை இன்னும் மோசமாகிவிடும்" (மத்தேயு 12:43-45, தமிழ் ESV).

இதனால்தான் கிறிஸ்தவர்கள் சூனியக்காரப் பழக்கங்களில் இருந்து மனந்திரும்பி, வேதாகமத்தில் உள்ள தேவனுடைய கட்டளைகளுக்குக் கீழ்ப்படிந்து வாழ வேண்டும். இது நடந்தால், பரிசுத்த ஆவியானவர் வாழும் ஆலயங்களான நமது உடல்களும், நமது வீடுகளும் அசுத்த ஆவிகளிடமிருந்து காப்பாற்றப்படும். நுழைவு இடங்களும் அணுகலும் இனி பிசாசுகளுக்கு கிடைக்காது. அதற்கு பதிலாக, நமது சூழல் பரிசுத்த ஆவியானவர் தங்கும் பாதுகாப்பான இடமாகிறது.

நான் சிறுவனாக இருந்தபோது, என் குடும்பம் பிசாசு ஆவியால் வசிக்கப்பட்ட வீட்டில் வாழ்ந்தது. நாங்கள் வழித்தடத்தில் ஓடிச்செல்லும் அடிகளைக் குறித்து கேள்விப்பட்டோம், ஆனால் அந்தச் சத்தத்தை உண்டாக்கும் எதையும் காணவில்லை. அந்த இருப்பு வழித்தடத்தில் ஓடி, கழிப்பறையை கழுவும், ஆனால் அது வீட்டில் ஒரு குறிப்பிட்ட படுக்கையறையில்—என் சிறுவயது படுக்கையறையில்—மட்டுமே நிற்கும். அதை மாற்ற அதிகாரம் இருப்பதை அறியாமல், அதற்கே பழகிவிட்டோம். அது இருந்தபடியே இருந்தது.

இப்போது பிசாசு ஆவிகளை அகற்றுவதற்கான கருவிகளோடு ஆயுதமாய், நான் வீடுகளின் உரிமையாளர்களோடு சேர்ந்து ஜெபித்திருக்கிறேன். ஒரு முறை நினைவுக்கு வருகிறது, ஒரு பிசாசு ஆவியை வெளியேற்றியபோது, குடும்ப நாய் அந்த ஆவி வெளியேறிய இடத்தில் பலமாக குரைத்தது. பல வருடங்களில் கவனித்தபடி, குடும்ப செல்லப்பிராணிகள் பெரும்பாலும் வீட்டின் ஆவிக்குரிய நிலைக்கு மிகவும் உணர்வுள்ளவையாகவும், அங்கு என்ன நடக்கிறது என்பதை நன்கு கவனிப்பவைகளாகவும் இருப்பதை உணர்ந்தேன்.

நீங்கள் பிசாசு ஆவிகள் நிறைந்த வீட்டில் வாழ்ந்தால், ஒரு சபை ஜெபக் குழு உறுப்பினரை உங்களின் வீடு வர அழைத்து, உங்களோடு அல்லது உங்கள் துணையோடு அல்லது குடும்ப உறுப்பினரோடு சேர்ந்து ஜெபிக்க அழைக்கலாம். இங்கே ஒரு பரிந்துரைக்கப்பட்ட ஜெபம் உள்ளது, இது தீமையின் கதவை மூடவும், பரிசுத்த ஆவியானவரின் இருப்பை வரவேற்கவும் சக்திவாய்ந்ததாகும்.

வீட்டை அசுத்த ஆவிகளிலிருந்து சுத்திகரிப்பதற்கான ஜெபம்

குறிப்பு: இந்த ஜெபத்தைத் தொடங்குவதற்கு முன், சிறிது எண்ணெயை ஒரு பாத்திரத்தில் எடுத்துக்கொள்ளுங்கள். ஜெபத்தின் போது உங்கள் வீட்டின் சில கதவுகளின் மேற்பகுதியில் அதைத் தடவுங்கள்.

கர்த்தாவே, நீர் என் வாழ்க்கையின் ஆண்டவரும் இரட்சகருமாக இருக்கிறீர் என்று ஏற்றுக்கொள்கிறேன். நான் மற்றும் என் குடும்பம், கர்த்தரைச் சேவிப்போம் (யோசுவா 24:15). இந்த வீட்டை உமக்கே அர்ப்பணிக்கிறோம், ஆண்டவரே, எங்களுடைய குடும்பத்தை விசுவாசம், ஒன்றிணைவு, ஆராதனையுடன் உமக்கே அர்ப்பணிக்கப்பட்ட வாழ்க்கையை வாழ்வதற்காக அர்ப்பணிக்கிறோம்.

ஆண்டவரே, நான் தெரிந்தோ தெரியாமலோ இந்த வீட்டுக்குள் கொண்டு வந்த எந்தச் சூனியக்காரச் சின்னம், பொருள், விளையாட்டு, படம் அல்லது ஊடகம் இருந்தாலும், அவற்றிலிருந்து மனந்திரும்புகிறேன். உமது மன்னிப்பை கேட்டுக்கொள்கிறேன், இனி இவற்றுக்கு இடமளிக்காமல் விலகுகிறேன். இந்த வீடு மற்றும் நிலத்தில் முந்தைய உரிமையாளர்கள் செய்திருந்த எல்லா சூனியக்காரச் செயல்களுக்கும் நான் மனந்திரும்புகிறேன். இப்போது இந்த வீட்டை கிறிஸ்துவுக்கே அர்ப்பணிக்கிறோம், உமது பரிசுத்த ஆவியானவர் தங்கும் கௌரவமான வாசஸ்தலமாக. இன்று முதல் உமது சமாதான சூழலைக் குழப்பக்கூடிய எதற்கும் எச்சரிக்கையோடு இருக்கும்படி எங்களை உதவி செய்யும். எங்களுடைய வீட்டின் ஒவ்வொரு அறையிலும் உமது ஒய்வையும் பாதுகாப்பையும் இப்போது கேட்கிறேன்.

நீர் சர்ப்பங்களையும் தேள் பாம்புகளையும் மிதித்து, சாத்தானின் எல்லா வல்லமைகளையும் வெல்லும் அதிகாரத்தை எனக்குக் கொடுத்துள்ளீர், நான் மற்றும் என் குடும்பம், எதுவும் எங்களை தீங்கிழைக்காது (லூக்கா 10:19). நமது வீட்டின் சூழல்மீது அதிகாரம் செலுத்தும் போது, அது, இயேசு பரலோகத்துக்குப் போகும்போது அளித்த, பரலோகத்திலும் பூமியிலும் உள்ள முழு அதிகாரத்தோடு செய்வதாகும் (மத்தேயு 28:18). ஆண்டவரே, நீர் வஉண்மையுள்ளவர், எங்களது குடும்பத்தை நிலைநிறுத்தி, துன்மார்க்கனிடமிருந்து காப்பாற்றுகிறீர் (2 தெசலோனிக்கேயர் 3:3). எங்களது குடும்பத்தின் பாதுகாப்பு முழுமையானது என்பதற்காக உமக்கு நன்றி.

ஆண்டவரே, உம்மில் இல்லாத ஒவ்வொரு ஆவியையும் இந்த வீட்டிலிருந்து இப்போது வெளியேற்றுகிறேன். இயேசுகிறிஸ்துவின் நாமத்தின் அதிகாரத்தினால், ஒவ்வொரு பிசாசு ஆவியும் இப்பொழுதே வெளியேற வேண்டும். எதிரியின் ஒவ்வொரு பணி, செயல்களுக்கும் எதிர்த்து நிற்கிறேன், இப்போது அவை தப்பிச் செல்லும்படி கட்டளையிடுகிறேன். எங்களது வீடு, வாகனங்கள், முழு சொத்து ஆகியவற்றிலிருந்து ஒவ்வொரு பிசாசு இருப்பும் நீக்கப்பட்டுவிட்டது. ஆண்டவரே, எங்கள் சொத்தின் ஒவ்வொரு மூலையிலும் தேவதூதர்களை காக்க நிறுத்தும்படி கேட்டுக்கொள்கிறேன். உமது மக்கள் பாதுகாப்பான வீடுகளில் வாழ்வார்கள், அமைதியான ஒய்வு இடங்களில் தங்குவார்கள் என்று சொல்லிய உமது வார்த்தையை சுதந்தரிக்கிறேன் (ஏசாயா 32:18).

உங்கள் வீட்டின் முன் கதவுக்குச் செல்லுங்கள். உங்கள் விரலில் சிறிது எண்ணெயை எடுத்து, முன் கதவின் மேல் தடவுங்கள்.

ஆண்டவரே, எங்கள் வீட்டின் அபிஷேகத்திற்கும் பாதுகாப்பிற்கும் இந்த எண்ணெயைச் சின்னமாக வைத்திருக்கிறேன். எங்கள் வீடு உன்னதமான தேவனின் வல்லமையிலும் அன்பிலும் நிறுவப்பட்டுள்ளது. இன்று, நாளை எங்கள் வருகையையும் போக்கையையும் கவனிக்கிறீர் அதற்கு உமக்கு நன்றி (சங்கீதம் 121:8). எங்கள் முன் கதவின் வழியாக வரும் ஒவ்வொரு முறையும், எங்கள் குடும்பம் பாதுகாப்பாகவும் அமைதியாகவும் வாழ்வார்கள்.

இங்கே நாங்கள் எங்கள் ஓய்வை அநுபவிக்கிறோம் (எசாயா 32:8). எங்கு சென்றாலும், எங்கள் வீட்டின் ஒவ்வொரு அறையிலும் எங்களை காக்க உமது தேவதூதர்களை ஆணையிடுகிறீர் (சங்கீதம் 91:11).

எங்கள் வீட்டில் இயேசுவின் நாமத்தை அறிவிக்கிறேன், அதோடு, கிறிஸ்துவின் முழு அதிகாரமும் எங்களிடையே நிலைபெறுகிறது. முழங்கால்களும் இயேசுவின் நாமத்தில் வணங்க வேண்டும், மேலும் பிதாவாகிய கடவுளின் மகிமைக்காக ஒவ்வொரு நாவும் இயேசு கிறிஸ்து ஆண்டவர் என்று அறிக்கையிட வேண்டும் , அது பிதாவாகிய தேவனுக்கு மகிமையாகும் (பிலிப்பியர் 2:10-11 தமிழ் ESV). வானத்தின் கீழ் எங்களை இரட்சிக்க வேறு எந்த நாமமும் கொடுக்கப்படவில்லை (அப்போஸ்தலர் 4:12).

உங்கள் வீட்டின் படுக்கையறைகளுக்குச் செல்லுங்கள். ஒவ்வொரு கதவின் மேற்பகுதியில் எண்ணெயைத் தடவுங்கள். கடைசி படுக்கையறையில், இந்த ஜெபத்தைத் தொடருங்கள்.

ஆண்டவரே, உமது வார்த்தை சொல்லுகிறது: "நீ படுக்கும்போது பயப்படுவதில்லை, நீ படுக்கும்போது உன்னுடைய உறக்கம் இன்பமாய் இருக்கும்". (நீதிமொழிகள் 3:24தமிழ் ESV). உமது கிருபையினால், ஆண்டவரே, உம்மில் வாழ்கிறோம், அசைவுறுகிறோம், உம்மோடு இருப்பதால் பயமின்றி வாழ்கிறோம். இருளின் அடிமைத்தனத்திலிருந்து கிறிஸ்து எங்களை முழுமையான சுதந்திரத்திற்கு அமைத்தார். குடும்பமாக, நாங்கள் நிலைத்து நின்று, பயம் அல்லது சோர்வின் அடிமைத்தனத்தை ஏற்காமல் இருக்கத் தீர்மானிக்கிறோம் (கலாத்தியர் 5:1). அதற்கு பதிலாக, எங்கள் தலையைத் தலையணையில் வைத்துக்கொள்ளும்போது உமது சமாதானத்தை எங்களின் இருதயத்தில் ஏற்றுக்கொள்கிறோம். "நான் சாந்தியாய் படுத்து உறங்குவேன், ஏனெனில், நீர் ஒருவரே, ஆண்டவரே, என்னை நிம்மதியான வாசஸ்தலத்தில் வாசம்பண்ணச் செய்கிறீர்" (சங்கீதம் 4:8தமிழ் ESV).

அதிகாரம் 13
விடுதலை ஜெபங்கள்

கிளர்ச்சி

கிளர்ச்சி என்பது, கட்டுப்பாட்டின் பயத்தில் வாழும் மனிதர்களிடத்தில் காணப்படுகிறது. கிளர்ச்சியோடு நடக்கும் மனிதர்கள் தாங்கள் இருக்கும் தலைமை அமைப்பில் இயல்பாகவே நம்பிக்கையில்லாமல் இருப்பார்கள், அவர்கள் சுதந்திரமாக இருக்கப் போராடுவார்கள், தங்களுக்கு அதிகாரம் கொடுக்கப்பட்டவர்களின் ஆலோசனைகளையும் கட்டளைகளையும் மீறுவார்கள். அது பெற்றோர், பள்ளி, வேலைக்காரன், சபை தலைவர்கள் அல்லது பிறர் ஆகியோராக இருந்தாலும், அவர்கள் தங்களை அதிகாரத்திற்கு கீழ்ப்படிவதற்கான எந்த எதிர்பார்ப்பிலிருந்தும் பிரித்துக் கொள்வார்கள்.

இங்கே பயம் முக்கிய காரணி ஆகலாம், குறிப்பாக அதிகாரத்திற்கு கீழ்ப்படிவதற்கான பயமும், சுயாதீனமாகவும் கட்டுப்பாட்டில் இருக்கவும் கொண்ட ஆழமான விருப்பமும். இது சூழலைக் கட்டுப்படுத்தவும், தமக்குச் சுற்றியுள்ளவர்களை கட்டுப்படுத்தவும் முயற்சி செய்யும் மனநிலைக்குக் காரணமாகிறது. கிளர்ச்சியோடு நடப்பவர்கள் சூழலைக் கட்டுப்படுத்த வலுவான கருவியாக தந்திரத்தைப் பயன்படுத்துவார்கள். அதைப் பயன்படுத்தி அவர்கள் தங்கள் தலைவர்களையும், பெற்றோர்களையும், சக மாணவர்களையும், நண்பர்களையும் கட்டுப்படுத்துவார்கள். ஒரு குழுவினுள், அவர்கள் தலைவராக இருந்து முடிவெடுக்க முடியாவிட்டால், அவர்கள் கலந்து கொள்ளவே மாட்டார்கள். கிளர்ச்சியோடு இருக்கும் இளைஞரை வழிநடத்த முயலும் பெரியவர்கள் குற்றஞ்சாட்டப்பட்டு, குற்றவாளிகளாக அறிவிக்கப்படுவார்கள், ஏனெனில் அந்தக் கிளர்ச்சியாளர்கள் வார்த்தைகளையும், நிகழ்வுகளையும், சூழல்களையும் தந்திரமாக மாற்றிக்கொண்டு, அதிகாரத்தை தங்களுக்குத் தூரமாக்க முயற்சிப்பார்கள்.

நல்ல செய்தி என்னவெனில், கிளர்ச்சி நமது தேவனுக்கு உகந்ததல்ல , அவர் இயேசுவின் மரணத்தாலும் உயிர்த்தெழுதலாலும் உலகின் பாவத்தை வென்றார். இயேசு கட்டுண்டவர்களை விடுவிக்க வந்தார்,

மேலும் கட்டுப்படுத்தப்படுவதற்கான பயத்தில் தவிக்கும் ஒருவரை முற்றிலும் சுதந்திரமாக்கி, மீட்டெடுக்க முடியும். தேவன் இருதயங்களை சிகிச்சை செய்கிறவர். நம் குடும்ப உறுப்பினர்களில் ஒவ்வொருவரின் இருதயமும் இயேசுவுக்குப் பெரும் மதிப்புடையது, அவர் நம்மை சிகிச்சை செய்து, கிறிஸ்து இயேசுவுக்குள் புதிய படைப்புகளாக்க விரும்புகிறார். நமது பணி அவரை நம்பி, விசுவாசத்துடன் ஜெபித்து, தேவன் நம் குடும்பங்களில் ஆழமான கிரியையைச் செய்வதை எதிர்பார்ப்பதாகும்.

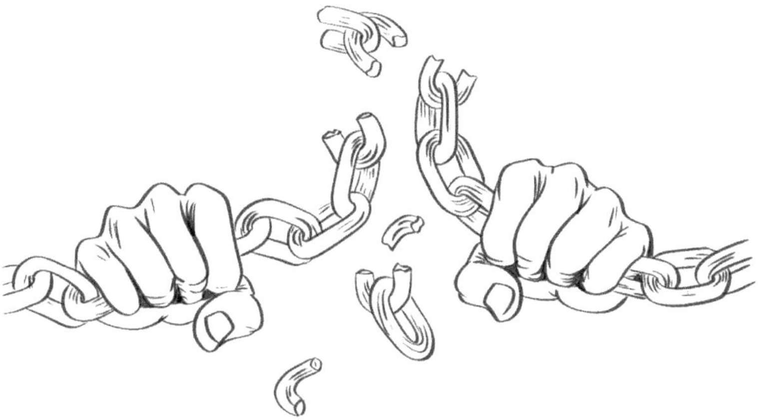

இன்று மற்றும் வரலாற்றில் பல வலுவான கிறிஸ்தவ தலைவர்கள் கட்டுப்பாட்டு ஆவியை வென்று, தங்கள் வாழ்க்கையை தேவனுக்குக் கீழ்ப்படுத்தியுள்ளனர். அவர்கள் தேவனுக்காக புதிய நிலத்தை உடைக்கும் உறுதியோடு வலுவான தலைவர்கள். கிளர்ச்சியோடு போராடும் ஒருவருக்காக ஜெபிக்கும்போது, அன்பின் இடத்திலிருந்து, மென்மையான இருதயத்துடனும், தேவன் அவர்களின் இருதயத்தை சிகிச்சை செய்து விடுதலையாக்குவார் என்ற விசுவாசத்துடனும் ஜெபியுங்கள்.

கிளர்ச்சியிலிருந்து கீழ்ப்படிதலுக்கு —
ஒரு அன்புக்குரியவருக்காக

கர்த்தாவே, எங்கள் இயற்கையான சூழல்களைக் கடந்து, உமது வாக்குத்தத்தங்களில் நாங்கள் நம்புகிறோம். எங்கள் குடும்பம் உமது ஆலோசனையின் பக்கம் நகர்கிறது. கர்த்தாவே, ஆபிரகாமுக்குக் கொடுத்த உமது வாக்குத்தத்தத்தின் சந்ததியாய் எங்களை ஆசீர்வதிக்கத் தொடருவீர் என்று விசுவாசத்தின் கண்களால் நம்பி, நாங்கள் நம்பிக்கையோடு உம்மிடம் ஜெபிக்கிறோம். உமது வார்த்தை, நீதிமான் சந்ததி விடுவிக்கப்படும் என்று சொல்லுகிறது (நீதிமொழிகள் 11:21).

எங்கள் மகள்/மகன் (பெயர்) உம்முடைய சந்ததியாய் இருக்கிறார், அவரை உமக்கே ஒப்படைக்கிறோம், அவரை எதிரியின் பிடியிலிருந்தும், இந்த உலகின் வஞ்சகக் கவர்ச்சியிலிருந்தும் விடுவிப்பீர் என்று உமது சத்தியத்தில் நின்று நம்புகிறோம். உமது குமாரனாகிய இயேசு உலகத்தை வெல்ல வந்தார்.

கர்த்தாவே, (பெயர்) உம்மால் ஆசீர்வதிக்கப்பட்டவர் என்று நம்புகிறேன். உமது வல்லமை அவர்களிலே முழுமையாக வெளிப்பட்டு, அவர்கள் இருளின் வல்லமையிலிருந்து விடுவிக்கப்படுகிறார்கள். பெற்றோர்களாகிய நாங்கள் உறவின்மீது காட்டிய அக்கறையைவிடக் கட்டுப்பாட்டில் அதிகம் கவனம் செலுத்திய இடங்களில் மன்னிக்கவும். எங்கள் வார்த்தைகள் எங்கள் குழந்தையோடு மரியாதையற்ற உறவுகளை உருவாக்கியிருந்தால் மன்னிக்கவும். எங்கள் குழந்தையோடு உறவைச் சரியாக அமைத்துக்கொள்ள எங்கு மன்னிப்பு கேட்க வேண்டும், எவ்வாறு புத்திசாலித்தனமாக முதலீடு செய்ய வேண்டும் என்பதை உமது பரிசுத்த ஆவியின் வல்லமையால் எங்களை வழிநடத்தவும்.

கர்த்தாவே, (பெயர்) உடல் நிலைக்கும் சூழல்களுக்கும் மேலானவை உமது வாக்குத்தத்தங்கள் என்று அறிவிக்கிறேன். கிளர்ச்சி அவர்களின் வாழ்க்கையைப் பிடித்திருக்கும் இடங்களில், அந்தச் சங்கிலிகள் உடைக்கப்படுவதாக என்று ஜெபிக்கிறோம். கட்டுப்படுத்தப்படுவதற்கான பயத்தைச் சந்தித்து, அது அவர்கள்மேல்

கொண்ட வல்லமையை இரத்து செய்கிறோம். அதற்கு பதிலாக, அவர்கள் ஒவ்வொரு சிந்தனையையும் உமக்கு அடிமைப்படுத்தட்டும் (2 கொரிந்தியர் 10:5) என்றும், ஆவியால் நிறைந்த வாழ்க்கையில் பலன்களை உண்டாக்கி, பயத்திற்கு உட்பட்டவர்களாக களாக இல்லாமல் வாழ்வார்கள் என்றும் ஜெபிக்கிறோம். அவர்கள் இருதயம் மென்மையாகவும், திறந்தும், குடும்ப உறவுகளை மீட்டெடுக்கவும், உம்மை நம்பவும் தயாராக இருக்குமாறு ஜெபிக்கிறோம். அவர்கள் உம்மால் போதிக்கப்படுவார்கள், அவர்களின் சமாதானம் பெரிதாக இருக்கும் என்று உமது வார்த்தை சொல்லுகிறது (எசாயா 54:13). கிளர்ச்சியின் ஆவியின் வல்லமையை உடைக்கிறோம், அதன் விளைவுகளை இரத்து செய்கிறோம். மரணம் மற்றும் அழிவிலிருந்து பிரிவை அறிவிக்கிறோம், ஒவ்வொரு பணி, வார்த்தை, சாபம், மரணத்தோடு கூடிய ஒப்பந்தத்தையும் இரத்து செய்கிறோம். அவர்களின் நாட்களுக்கு நீளத்தையும், நீண்ட ஆயுளையும், சமாதானத்தையும் சேர்க்கும்படி கேட்கிறோம் (ரோமர் 8:6). (பெயர்) உம்மோடு பாதுகாப்பாய் தங்கும்போது, எல்லாம் நன்றாக இருக்கும்படி ஜெபிக்கிறோம். கிறிஸ்து இயேசுவுக்குள் உள்ள உமது மகிமையின் செல்வத்தின்படி (பெயர்) அவர்களுடைய ஒவ்வொரு தேவையையும் நீர் பூர்த்தி செய்வீர் என்று நம்புகிறோம் (பிலிப்பியர் 4:19).

உமது வார்த்தை, ராஜாவின் இருதயம் உமது கைகளில் உள்ளது, அதை உமக்குப் பிடித்தவர்களிடத்தில் நீர் கால்வாயைப் போல செலுத்துகிறீர் என்று சொல்லுகிறது (நீதிமொழிகள் 21:1). வல்லமையான ராஜாக்களோடு இதைச் செய்ய முடிந்தால், (பெயர்) அவர்களின் இருதயம் உமது கைகளில் முழுமையாக மாறி, ஜீவநீரின் ஆறுகளால் செலுத்தப்படும் என்று நம்புகிறேன். அவர்களின் இருதயம் பரிசுத்த ஆவியோடு சுதந்திரமாகச் சென்று, சமாதானம், அன்பு, விசுவாசம், நன்மைகள் அனைத்தையும் உண்டாக்கட்டும். (பெயர்) அவர்களில் சுத்தமான இருதயத்தை உண்டாக்கி, சரியான ஆவியையும் புதுப்பிக்கும்படி கேட்கிறோம். உமது பரிசுத்த ஆவியோடு உமது சந்நிதியில் அவர்களை நெருக்கமாக வைத்துக்கொண்டு, உமது இரட்சிப்பின் ஆனந்தத்தை மீட்டுத்தந்து, மனதார விரும்பும் ஆவியினால் தாங்கும்படி செய்யவும் (சங்கீதம் 51:10–12).

கர்த்தாவே, (பெயர்) அவர்களில் நீர் தொடங்கிய நன்மையை கிறிஸ்து இயேசுவின் நாள்வரை நிறைவேற்றுவீர் என்று நம்பிக்கையோடு இருக்கும்படி உமது வார்த்தை எங்களை வழிநடத்துகிறது (பிலிப்பியர் 1:6). அதற்காக உமக்கு கனத்தை அளிக்கிறோம், (பெயர்) அவர்களுக்குள் நீர் வைத்த பரிசுகளும், நோக்கங்களும், திட்டங்களும் முழுமையாக நிறைவேறட்டும் என்று நம்புகிறோம். நீர் அவர்களில் தொடங்கியதை வளரச்செய்து, உமது மகிமைக்காக கனிகளை உண்டாக்கும் நிலைக்கு வந்துசேரட்டும். அவர்களை இருளிலிருந்து உமது ஒளிக்குள் அழைத்தபோது, அவர்களின் குரல் உம்முடைய மேன்மையை அறிவிக்கட்டும் (1 பேதுரு 2:9).

கர்த்தாவே, (பெயர்) அவர்களுக்காக உமது திட்டங்கள் அவர்களைச் செழிக்கச் செய்யவும், நம்பிக்கையையும் எதிர்காலத்தையும் அளிக்கவும் என்று உமக்குத் தெரியும் (எரேமியா 29:11). அதனால், உமது திட்டங்களை அழைக்கிறோம். குழப்பம் ஒழுங்காக மாறட்டும். உமது சமாதானம் அனைத்து பயத்தையும் மாற்றட்டும். (பெயர்) அவர்களுக்காக உமது திட்டங்கள் நிறைவேறுமாறு வாய்ப்புகளை வரவழைக்கிறோம். நீர் பல காலங்களுக்கு முன்பு அவர்களுக்காக உருவாக்கியவற்றின் மீதான நம்பிக்கையை அவர்களுடைய இருதயத்தில் எழுப்பவும். அவர்களின் வாழ்க்கைக்கான நோக்கங்கள், அவர்களுடைய இருதயத்தில் கனவுகளாக மாறட்டும், ஏனெனில் நிறைவேறிய ஆசை ஜீவவிருட்சம் போன்றது (நீதிமொழிகள் 13:12).

அடிமைத்தனம்

அடிமைத்தனம் வெற்றிட உணர்விலிருந்து தோன்றுகிறது. நமது ஆத்துமாவில் தேவனோடு உள்ள தொடர்பால் மட்டுமே நிரப்பப்படக்கூடிய ஒரு இடம் உள்ளது. தேவனோடு அந்த நெருக்கத்தை நாம் காணாதபோது, அது தேவனுக்கு வெளியே பூர்த்தியடைய முடியாத ஏக்கத்திற்குக் கொண்டுசெல்லுகிறது. சங்கீதம் 107:9 தமிழ் விளக்குகிறது: 'ஆவலாயிருக்கும் ஆத்துமாவை அவர் திருப்தி பண்ணுகிறார், பசித்திருக்கும் ஆத்துமாவை நல்ல காரியங்களினால் நிரப்புகிறார்' (ESV). தேவன் நம்மை எவ்வளவு நெருக்கமாக அறிகிறாரோ, அவரினாலே நமது உண்மையான சுயத்தை நாம் கண்டுபிடிக்கிறோம். நம்முடைய படைத்தவரோடு உறவிற்காகவே நாம் படைக்கப்பட்டவர்கள்! இது இருவழி உறவு, ஆழ்ந்த திருப்தியையும் விசுவாசமான நம்பகத்தையும் உண்டாக்குகிறது.

இது மட்டுமல்லாமல், நம்மை பிறருடனான உறவுகளுக்காகவும் வடிவமைத்திருக்கிறார்கள். தேவனையும், பிறரையும் அன்புகூரும் கட்டளையே மிகப்பெரியது என்று இயேசு தம்முடைய சீஷர்களுக்கு கட்டளையிட்டார். பிறருடன் தொடர்ந்து அன்பும் தொடர்பும் இல்லாமல் இருந்தால், அது தேவன் கொடுத்த வாழ்வு வடிவமைப்போடு முற்றிலும் ஒத்துப்போகவில்லை. தேவன், நண்பகத்து, சமுதாயத்தால் மட்டுமே நிரப்பப்படவேண்டிய வெற்றிடத்தை எந்த மாற்றுப் பொருளாலும் நிரப்ப முடியாது என்பதில் ஆச்சரியமில்லை.

"மேலும், சிலர் செய்வதைப் போல, நாம் கூடி வருவதைத் தவிர்த்துவிடாமல், ஒருவரையொருவர் அன்புசெய்யவும் நற்கிரியைகள் செய்யவும் தூண்டி, இன்னும் முக்கியமாக அந்த நாள் நெருங்கி வருவதை நீங்கள் காணும்போது, இவ்வாறு ஒருவரையொருவர் உற்சாகப்படுத்துவோமாக" எபிரெயர் 10:24-25 தமிழ் ESV.

அடிமைத்தனத்திலிருந்து தொடர்புக்கு: ஒரு அன்புக்குரியவருக்காக

கர்த்தாவே, (பெயர்) உமது சத்தியத்தோடு ஒத்துப்போகவும், நீதியினாலே கிருபை அவர்களின் வாழ்க்கையில் ஆட்சி செய்யவும் (ரோமர் 5:17, 21), ஜெபிக்கிறோம். உமது கிருபையின் நிறைவு அவர்களின் வாழ்க்கையில் பெருகட்டும். (பெயர்) அடிமைத்தனத்தின் பிணைப்புகளில் ஈர்க்கப்பட்ட இடங்களில், அவர்களைப் பிடித்திருக்கும் பிணைப்புகளை அவிழ்க்கும் உமது மாற்றுவிசுவாச வல்லமைக்கு வழிசெய்யும்படி விசுவாசத்தோடு கேட்கிறோம். அவர்களின் வாழ்க்கை இவ்விதம் நடைபெறாது என்பதை உணரவும், நீர் அவர்களின் வழிசெநடத்துபவராக இருக்கிறீர் என்பதை (எசாயா 43:16) அவர்களின் இருதயத்தில் உமது ஆவியால் உந்தும். நீர் அவர்களுக்காக அதிகம் வைத்திருக்கிறீர் என்பதை உணரச்செய்யும்படி. அவர்களுக்குள் உமது வல்லமையினால், அவர்கள் கேட்கவோ நினைத்துபார்க்க முடியாத அளவுக்கு அதிகமாகச் செய்வீர் (எபேசியர் 3:20). அவர்கள் முழு இருதயத்தோடு உம்மைத் தேடவும், உம்மை கண்டடையவும், அவர்கள் இருதயம் உம்முன் தாழ்த்தப்படும்படி கேட்கிறோம்.

கர்த்தாவே, (பெயர்) உண்மையான தொடர்பை உம்மோடு அனுபவிக்க உமது தெய்வீக தலையீட்டை வேண்டுகிறோம். அவர்களின் பரலோகப் பிதாவாகிய உம்மோடு ஆழ்ந்த, தனிப்பட்ட, உயிருள்ள உறவை. உமது உறவை அவர்களோடு உறுதிப்படுத்தவும், அவர்களின் இருதயத்தை உம்மிடம் விழிப்பூட்டும் வகையில் உம்மை அவர்களுக்கு வெளிப்படுத்தும். மேலும், அவர்களை வலுவான, தரமான நம்பகங்களில் கொண்டு வந்து, அவர்களுக்குள் சிறந்ததை வெளிப்படுத்தக்கூடிய மக்களோடு உறவை உருவாக்கும்படி கேட்கிறேன். துன்மார்க்கரின் ஆலோசனையை நிராகரிக்கவும், பரிகாசிகளின் கூட்டத்தை மறுக்கவும் விவேகத்தைத் தாரும் (சங்கீதம் 1:1–6). அதற்கு பதிலாக, கர்த்தாவே, அவர்களை ஒரு கிறிஸ்தவ சமுதாயத்தில் நாட்டவும், செழித்த பங்குத்தன்மையுடனும் ஆழ்ந்த சேர்ந்துணர்வுடனும் வாழச் செய்யவும். அவர்கள் கர்த்தரின் ஆலயத்தில் நாட்டப்பட்டு,

உமக்கும் பிறருக்கும் பெரிய சேவையாக இருக்கும்படி ஜெபிக்கிறோம். விசுவாசத்தின் கண்களால், ஒருகாலத்தில் மரணம் ஆட்சி செய்த இடத்தில், (பெயர்) உமது கிருபையின் பரிசால் நிறைந்த நீதியின் ஆட்சியில் வாழ்கிறார் என்று நன்றி செலுத்துகிறோம். அவர்கள் பாவத்தையும் மரணத்தையும் துறந்து, அவற்றின் பந்தங்களைக் கைவிடுவார்களாக. அதற்கு பதிலாக, (பெயர்) உமது நீதியின் ஆட்சியில் வாழ்கிறார் என்று அறிவிக்கிறோம். எதிரி பெற்றிருந்த ஒவ்வொரு இடத்தையும் உமது ஆட்சி கழுவுகிறது என்று நன்றி செலுத்துகிறோம். அது எல்லா அடிமைத்தனத்தையும், தனிமையையும் (உம்மிலிருந்தும், பிறரிலிருந்தும்), வறுமையையும், பற்றாக்குறையையும் மூழ்கடிக்கிறது. அவர்களை அழிக்க நினைத்த அனைத்தையும் அது கழுவுகிறது. நன்றி, இப்பொழுது ஒரு மாற்றத்திற்கு, எங்கள் ஆண்டவராகிய இயேசு கிறிஸ்துவின் ஆட்சி அவர்களை உமது ஆவியினாலும், ஞானத்தினாலும், ஆலோசனையினாலும், அறிவினாலும், உம்மைப் பற்றிய ஆழ்ந்த பயத்தினாலும் நிரப்புகிறது. (பெயர்) அவர்களுடைய வாழ்க்கையில் உமது நீதியின் ஆட்சியின் கனியாக, நீதியுடன் வாழவும், நேர்மையுடனும் விசுவாசத்துடனும் உமக்கும் உமது மக்களுக்கும் அர்ப்பணிக்கப்படவும் ஜெபிக்கிறோம். அவர்களின் வாழ்க்கை உமக்கான அன்பிலும் பிறருக்கான அன்பிலும், சமாதானமான, நோக்கமுள்ள வாழ்க்கையின் சுவடுகளை உருவாக்கட்டும்.

வருத்தம்

வருத்தத்தின் சுமையோடு வாழ்வது, சாத்தான் உங்கள் சக்திவாய்ந்த மற்றும் தாக்கமுள்ள வாழ்க்கையை வாழும் திறனை குறைக்கும் மிக வேகமான மற்றும் பயனுள்ள வழிகளில் ஒன்றாக இருக்கலாம்.

தோல்வி மற்றும் வருத்தத்தின் தொந்தரவு உணர்வு எதிரியின் சரியான கருவி, இது உங்களை அமைதியற்றவராகவும், தகுதியற்றவராகவும் வைத்திருக்கிறது, தேவன் உங்கள் வாழ்க்கைக்காக வைத்திருக்கும் திட்டத்தை வாழ்வதற்கு தகுதியற்றவராக ஆக்குகிறது. இது விசுவாசம் நிறைந்த வாழ்க்கையை பயத்தால் நிரம்பிய வாழ்க்கையாக மாற்ற முடியும். பலர் கிறிஸ்துவின் மிகுந்த நிறைவினை அணைக்க போராடுகிறார்கள், ஏனெனில் அவர்கள் முழுமையாக சுய குற்ற உணர்வால் கட்டுண்டுள்ளனர். வேதாகமத்தில் தேவனுடைய கிருபையையும் அருளையும் தனிப்பட்ட முறையில் அனுபவித்த தாவீது, பாத்சேபாளோடு விபசாரம் செய்ததோடு மட்டுமல்லாமல், அவளுடைய கணவனாகிய உரியாவின் மரணத்தையும் திட்டமிட்டு செய்தபோது, ஆழ்ந்த சோதனையிலும் பாவத்திலும் விழுந்தார். இது அவரையும் அவருடைய குடும்பத்தையும் அவரது செயல்களின் விளைவுகளுக்கு நெருங்க வைத்தது. ஆனாலும், அவர் தேவனிடம் தனது அர்ப்பணிப்பை புதுப்பித்ததால், தேவனுடைய கிருபை அவரையும் யூதா

மக்களையும் அவரது தலைமையின் மூலம் ஆசீர்வதிக்க அனுமதித்தது. தாவீது தனது ஆட்சியின் போது எருசலேமைக் கைப்பற்றுதல் மற்றும் இஸ்ரவேல் இராஜ்யத்தை விரிவுபடுத்துதல் உள்ளிட்ட பல வெற்றிகளைப் பெற்றார்.

நமது பாவம் நமது உறவுகளை சேதப்படுத்தவும், நிதி சுமையை உண்டாக்கவும், குற்ற உணர்வின் சுமையையும், உணர்ச்சி மற்றும் உடல் பிரச்சினைகளையும் உண்டாக்கவும் முடியும். ஆயினும், நாம் கிறிஸ்துவுக்குள் வாழ்ந்தால், தேவன் முடிந்தது என்று சொல்லும் வரை அது முடிவதில்லை. அவரது கிருபையின் பரிசு கடுமையான விளைவுகளை அழகானதாக மாற்ற முடியும். துக்கப்படுகிறவர்களுக்கு சாம்பலுக்குப் பதிலாக அழகையும், துக்கத்துக்குப் பதிலாக ஆனந்தத்தின் எண்ணெயையும், சோர்வுக்குப் பதிலாக புகழின் ஆடையையும் அவர் கொடுப்பதாக தேவன் வாக்குறுதி அளித்துள்ளார். அவர் நீதியின் மரங்களாக உருவாக்குகிறார், அது கர்த்தரின் நடவு, அவர் மகிமைப்பட வேண்டும் (எசாயா 61:3).

"மேலும், சிலர் செய்வதைப் போல, நாம் கூடி வருவதைத் தவிர்த்துவிடாமல், ஒருவரையொருவர் அன்புசெய்யவும் நற்கிரியைகள் செய்யவும் தூண்டி, இன்னும் முக்கியமாக அந்த நாள் நெருங்கி வருவதை நீங்கள் காணும்போது, இவ்வாறு ஒருவரையொருவர் உற்சாகப்படுத்துவோமாக" (ரோமர் 8:28 தமிழ் ESV).

வருத்தத்தை விட்டுவிடுதல் — தனக்காக

கர்த்தாவே, நான் இந்த ஜெபத்தைச் செய்வதற்காக உமது பரிசுத்த ஆவி என்னை உதவுவாராக. நான் வருத்தத்தின் சுமையின்கீழ் வாழாமல் இருப்பதைக் தேர்ந்தெடுக்கிறேன். என் கடந்த காலத்திலும் தற்போதைய காலத்திலும் என் வாழ்க்கையை சேதப்படுத்திய தேர்வுகளுக்கும் செயல்களுக்கும் மன்னிக்கும்படி கேட்கிறேன். என் இருதயத்தைத் தொட்டு, துக்கத்தின் சுமையை எனக்கிடமிருந்து எடுத்தருளும். என் குடும்பத்தினர், நண்பர்கள், சக ஊழியர்கள், அயலவர்கள், அந்நியர்கள் ஆகியோரையும் உட்பட, பிறரைத் தீங்கிழைத்த என் ஒவ்வொரு தேர்விற்கும் செயலுக்கும் மன்னிக்கும்படி கேட்கிறேன். இவர்களில் ஒவ்வொருவருக்கும் உமது ஆசீர்வாதத்தையும், குணமாக்குதலையும், பாதுகாப்பையும் நாடுகிறேன்.

என்னை விடுவித்த கிறிஸ்துவை நான் நம்புகிறேன், அதனால் என் விடுதலையை ஏற்றுக்கொள்கிறேன் (யோவான் 8:36). உமது பெரிய அன்புக்கு நன்றி. உமது இரக்கம் ஒருபோதும் தவறுவதில்லை. அவை ஒவ்வொரு காலையிலும் புதியவை. உமது விசுவாசம் மிகுந்தது (புலம்பல் 3:22–23).

நான் கிறிஸ்து இயேசுவுக்குள் இருப்பதால், நான் குற்றஞ்சாட்டப்படுவதில்லை என்ற உமது சத்தியத்தை ஏற்றுக்கொள்கிறேன். ஜீவ ஆவியின் நியாயப்பிரமாணம் என்னை பாவத்திலும் மரணத்திலும் இருந்து விடுவித்துவிட்டது (ரோமர் 8:1–2).

ஆவியின் காரியங்களில் என் மனதை வைத்திருக்கிறேன் (ரோமர் 8:5). கண்ணியமான, நீதியான, தூய்மையான, புகழப்படத்தக்கவற்றைத் தியானிக்கிறேன் (பிலிப்பியர் 4:8). என் இருதயமும் மனமும் உமது இருதயத்தோடு ஒன்றுபடும்படி, உமது பார்வையில் விஷயங்களை காண என் கண்களைத் திறக்கும்படி கர்த்தாவே ஜெபிக்கிறேன்.

நீர் என் மீட்பர் என்று நம்புகிறேன், என் எதிர்காலம் உமது நல்ல கைகளிலே இருக்கிறது. என் நலனுக்காகவும் தீங்கல்லாமல், எதிர்காலத்தையும் நம்பிக்கையையும் அளிக்கும்படியான திட்டங்களை எனக்காக வைத்திருக்கிறீர் என்பதை அறிவேன். நான் மன்னிக்கப்பட்ட மகனாக/மகளாக என் வாழ்க்கையையும் எதிர்காலத்தையும் வாழ்வதற்கு நன்றி.

ஒப்பீடு

நம்மையும் நமக்குள்ளவற்றையும் பிறருடனும் ஒப்பிடுவது, நமது மதிப்பையும் தேவனிடமிருந்து பெற்றவற்றையும் அளப்பதில் மிக முட்டாள்தனமான வழியாகும். இந்த ஒப்பீடு தவறுவதானது தேவன் வெளிப்படையாகச் செய்வதைக் காணாமல் விடுவதுதான். தேவன் நம்முள் மற்றும் நம்மூலம் செய்கிற ஆழ்ந்த காரியங்களை அது கவனத்தில் கொள்ளாது. ஒப்பீட்டின் கவனம் முற்றிலும் வெளிப்புறமானது.

தியோடோர் ரூஸ்வெல்ட் ஒருமுறை சொன்னார்: 'ஒப்பீடு ஆனந்தத்தைத் திருடுகிறது.' இது மிகவும் அழிவானது, அதனால் தேவன் கூட அதை பத்தாவது கட்டளையாக சேர்த்தார்: "நீ உன் அண்டை வீட்டாரின் வீட்டை இச்சிக்கக்கூடாது. நீ உன் அயலாரின் மனைவியையோ, அவனுடைய அடிமைப் பெண்ணையோ, அவனுடைய வேலைக்காரனையோ, அவனுடைய காளையையோ, கழுதையையோ, அல்லது உன் அயலாளனுக்குச் சொந்தமான எதையும் ஆசைப்படவேண்டாம்" (யாத்திராகமம் 20:17 தமிழ் ESV). தேவன் இதைப் பற்றி இவ்வளவு அக்கறை காட்டுவதற்கான ஒரு காரணம், அது நமது இருதயங்களைத் தாக்கி, அவர் நமக்காகச் செய்த அனைத்திற்கும் நன்றி சொல்லுவதை விலக்குகிறது.

பொருட்களை அடையத் தேர்ந்தெடுப்பது தவறில்லை, ஆனால் உலக ஆசையால் கவரப்பட்டு, அதே சமயத்தில் தேவனுக்குச் சிரத்தையாக இருக்க முடியாது. தேவன் நமது முழு இருதயத்தையும் விரும்புகிறார், ஆகையால் நமது இருதயத்தை எது நிறைக்கிறது என்பதைப் பற்றி நாம் ஒழுக்கத்தோடு

இருக்க வேண்டும். பவுல் நமக்குக் கற்றுக்கொடுத்தது ஒப்பீட்டை விட்டு விலகுவதற்கான திறவுகோல் நன்றி செலுத்துதலே! எல்லாவற்றிலும் ஸ்தோத்திரம் செய்யுங்கள், கிறிஸ்து இயேசுவுக்குள் உங்களைப் பற்றி தேவனுடைய சித்தம் இதுவே" (தெசலோனிக்கேயர் 5:18 தமிழ் ESV).

ஒப்பீட்டிலிருந்து திருப்திக்கு —தனக்காக

கர்த்தாவே, என் இருதயத்தை பாதுகாப்பதற்கு விருப்பமாய் தேர்ந்தெடுக்கிறேன். பிறருக்குள்ளவற்றால் கவனம் சிதறிய இடங்களிலும், சக ஊழியர்களின் பதவி உயர்வுகளிலும், பிறரின் வெற்றிகளிலும், நிறைவேறின கனவுகளிலும் என் எண்ணங்கள் சுழல்கின்ற இடங்களில், நான் வருந்துகிறேன். பிற குடும்பங்கள் பெரியதோ அல்லது புதியதோ வீடுகள், கார்கள், விடுமுறைகள், நல்ல குழந்தைகள், அன்பான வாழ்க்கைத் துணை ஆகியவற்றைக் கொண்டிருப்பதை நான் கண்டு இச்சிக்கிற இடங்களில், உமது மன்னிப்பை கேட்கிறேன். நீரே என் பங்கு, என் பாத்திரம், என் பங்கினை நீர் உறுதிப்படுத்துகிறீர் (சங்கீதம் 16:5). என் வாழ்க்கையையும், வீட்டையும், குடும்பத்தையும், எதிர்காலத்தையும், நம்பிக்கைகளையும், கனவுகளையும் நீர் உறுதிப்படுத்துகிறீர்.

உமது கட்டளைகளோடு என் இருதயத்தை விழிப்புடன் காக்கிறேன். "நான் மலைகளுக்கு நேராக என் கண்களை உயர்த்துகிறேன், என்

உதவி அங்கிருந்து வருகிறதா? வானத்தையும் பூமியையும் உண்டாக்கின கர்த்தரிடத்திலிருந்து எனக்கு ஒத்தாசை வருகிறது". (சங்கீதம் 121:1–2தமிழ்). பரிசுத்த ஆவி என்னுள் வாசம்பண்ணும்போது, உமக்காக கனிகள் தரும்படி, என் கவனமும் மனமும் ஆவியின் காரியங்களில் ஆழமாக நிலைபெறும்படி ஜெபிக்கிறேன்.

இயேசு எனக்காக ஜெபிக்கிறார், நீர் என்னை என் பெயர்சொல்லி அழைத்திருக்கிறீர் என்பதற்கு நன்றி. நீர் எனக்குக் கொடுத்துள்ள ஒவ்வொரு இருதய ஆசையும் நிறைவேறும்படி ஜெபிக்கிறேன். விசுவாசத்தோடு, உமது ஆவியானவர் இந்தத் திட்டங்களை நிறைவேற்ற வழிநடத்துகிறார் என்று நம்புகிறேன். நீர் என்னுள் தொடங்கிய நல்ல காரியத்தை, இயேசு கிறிஸ்துவின் நாள்வரை நிறைவேற்றுவீர் என்ற நம்பிக்கையில் இருக்கிறேன் (பிலிப்பியர் 1:6).

துக்கம்

துக்கம் நமது ஆத்துமாக்களை இறுக்கமாகப் பிடிக்கும் தனித்துவமான வழி கொண்டது. இதன் விளைவுகள் ஆச்சரியப்படுத்தக்கூடியவைகள், நமது மனநிலை, ஆற்றல், உந்துதல், மற்றும் உறவுகளில் குறிப்பிடத்தக்க தாக்கங்களை ஏற்படுத்தக்கூடும். அன்புக்குரிய ஒருவரை இழப்பது, ஒரு மனிதன் அனுபவிக்கக்கூடிய மிகுந்த மன அழுத்தமான அனுபவங்களில் ஒன்றாக இருந்தாலும், அது மட்டுமே துக்கத்தின் ஒரே மூலம் கிடையாது. ஏனெனில் துக்கம் அன்புக்குரிய ஒருவரின் இழப்பைத் தாண்டி, பொதுவாகவே எந்தவிதமான இழப்பினாலும் உருவாகிறது.

துக்கத்தின் ஆழமான விளைவுகள் பெரும்பாலும் நம்முடைய நம்பிக்கை வைக்கும் திறனிலிருந்தே தோன்றுகிறது. வேதாகமம் சொல்லுகிறது: "வாக்குத்தத்தம் தாமதிப்பது இருதயத்தை வாட்டும், ஆனால் விரும்பியது நிறைவேறும் போது அது ஜீவவிருட்சம்போல் இருக்கும்" என்று (நீதிமொழிகள் 13:12 தமிழ் ESV). நாம் நமக்கு மிகவும் பிடித்த கனவுகளை

இழக்கும் போது, அது நமது இருதயத்திலும் உடலிலும் நோயைப் போலத் துக்கமாக வெளிப்படுகிறது, அது நமது இருதயம், மனம், உடலில் நோயாக உணரப்படுகிறது. நாமோ அல்லது நமக்குத் தெரிந்த அன்புக்குரியவர்களோ, உடைந்த உறவுகள், கருத்தரிக்க முடியாத போராட்டங்கள், மோசமாக முடிந்த ஒரு வேலை, மற்றும் இன்னும் நிறைய நிறைவேறாத கனவுகள், எதிர்கால நம்பிக்கைகள் ஆகியவற்றால் சிதைந்ததை எத்தனை முறை அனுபவித்திருக்கிறோம்? நான் கவனித்த ஒன்று என்னவெனில், துக்கம் பெரும்பாலும் முந்தைய துக்கத்தோடு இணைந்து விடுகிறது. புதிய இழப்புகள் ஏற்படும் போது பழைய இழப்புகள் மீண்டும் கிளர்ந்தெழுவதை, என்னையும் சேர்த்து பலரிடம் கண்டிருக்கிறேன்.

நான் ஒருமுறை ஒரு ஊழிய நிறுவனத்தில் வேலை செய்தேன், அது தலைமை மாற்றங்களினால் மூடப்பட்டது. சிதைந்த நம்பிக்கையின் சுமை, அந்த நிலைமையைவிட அதிகமாக என்னை பாதித்தது. ஆலோசனையில் வரம் பெற்ற ஒரு அனுபவமிக்க ஊழியர், நான் துக்கத்தின் அறிகுறிகளை வெளிப்படுத்துகிறேன் என்று சுட்டிக்காட்டினார். இதை தேவனிடம் கொண்டுச் சென்ற பிறகு, அந்த ஊழியத்தின் மூடுதலால் தூண்டப்பட்டிருந்தாலும், துக்கத்தின் வலி இன்னும் ஆழமான இடத்திலிருந்து வந்தது என்பது தெளிவானது. பல தசாப்தங்களுக்கு முன்பு ஏற்பட்ட ஒரு முந்தைய இழப்பு, இழப்பின் தாக்கத்தை அதிகரித்தது.

ஆழமான துயரத்தால் எழும் துக்கத்துடன் நாம் போராடும்போது, நம் அனுபவிக்கும் வலியின் ஆழத்துக்கு பிறரைப் பழிப்பது கவர்ச்சியாக இருக்கலாம். ஒருவரை குற்றவாளியாகக் காண விரும்புவது மனித இயல்பு. ஆனால், துயரத்திற்கு பங்களிக்கும் தவறுகள் நம்முடைய உணர்வின் ஆழத்தால் பெரிதாக்கப்படலாம் என்பதை மனதில் வைத்திருப்பது முக்கியம். வாழ்க்கை சிக்கலானது, பலர் பங்களிக்கக்கூடும், ஆகையால் நம்முடைய துக்கத்திற்கான முழுப் பொறுப்பையும் பிறர்மீது வைப்பதைத் தவிர்க்க வேண்டும், இது முக்கியமானது. ஏனெனில் துக்கம் பல அடுக்குகளைக் கொண்ட உணர்வாக இருக்கக்கூடும், அதில் பலவிதமான உணர்ச்சிகள் அடங்கியிருக்கலாம்.

துக்கத்திலிருந்து நம்பிக்கைக்கு — தனக்காக

கர்த்தாவே, இருதயம் நொறுங்கியவர்களுக்கு நீர் அருகாமையில் இருக்கிறீர், ஆவியில் நொறுங்கினவர்களை நீர் இரட்சிக்கிறீர் (சங்கீதம் 34:18). என் இருதயம் கனமாக இருக்கிறது, உமது நீர் தேவை என மிகவும் உணர்கிறேன். நொறுங்குண்டு, காயம்பட்டு, சிதைந்து போன என் இருதயத்திலும் ஆவியிலும் உமது பரிசுத்த ஆவியின் சுவாசம் ஊதிப் புது உயிர்ப்பைத் தருவீராக.

கர்த்தாவே, என் இழப்பில் வலி இருக்கிறது, விடுவிப்பது எனக்குத் தீவிரமான துக்கத்தைத் தருகிறது. என் முழு இருதயமும் உம்மை நாடுகிறது. உமது ஆலோசனையை ஏற்றுக்கொள்கிறேன். நான் தூங்கும்போதும், கர்த்தாவே, நீர் என் இருதயத்தைப் போஷிக்கிறீர் (சங்கீதம் 16:7). நான் துக்கப்படும்போது நீர் என்னை ஆசீர்வதித்து ஆறுதலளிக்கிறீர் என்று நன்றி சொல்கிறேன் (மத்தேயு 5:4).

நான் உலர்ந்து சிதைந்து சாம்பலாய் இருந்த இடங்களில், நீர் துக்கத்துக்குப் பதிலாக ஆனந்தத்தின் எண்ணெயைத் தருகிறீர். சோர்வின் ஆவியை உடுத்தியிருந்த இடங்களில், நீர் புகழின் ஆடையைத் தருகிறீர். உம்மை மகிமைப்படுத்தும்படி நடவு செய்யப்பட்ட நீதியின் மரமாக என்னை அழைக்கிறீர் (எசாயா 61:3). நன்றி, பிதாவே.

கர்த்தாவே, நீர் என் நம்பிக்கையின் தேவன் என்று அறிவிக்கிறேன், உம்மை நம்பும்போது ஆனந்தத்தாலும் சமாதானத்தாலும் என்னை நிரப்புகிறீர். உமது பரிசுத்த ஆவியின் வல்லமையால், நிரம்பி வழியும் நம்பிக்கைக்காக உமது ஆனந்தத்தையும் சமாதானத்தையும் பெறுகிறேன் (ரோமர் 15:13). என் நம்பிக்கையை உம்மிலும், உமது ஒருபோதும் தவறாத நன்மையிலும் வைக்கும்போது, நீர் எனக்கு புத்துணர்ச்சியையும் வலிமையையும் அளிக்கிறீர். கழுகின் சிறகுகளில் பறப்பதைப்போல் என் உடலில் உமது ஆற்றலையும் வலிமையையும் சக்தியையும் பெறுகிறேன். சோர்வில்லாமல் ஓடவும், மயக்கமில்லாமல் நடக்கவும் முடியும் (எசாயா 40:31). நீர் என் உடலுக்குக் குணத்தையும், என் எலும்புகளுக்குப் போஷணையையும் தருகிறீர் (நீதிமொழிகள் 3:8).

பிதாவே, வாழ்வின் வழியை எனக்குத் தெரியப்படுத்தியதற்காக உமக்கு நன்றி. உமது சந்நிதியில் என்னை ஆனந்தத்தால் நிரப்புகிறீர், உமது நித்திய இன்பங்களை என்னோடு பகிர்கிறீர் (சங்கீதம் 16:11).

அதிகாரம் 14

ஜெபம்

இந்தப் புத்தகத்தில் பல முறை ஜெபத்தின் பழக்கம் வலியுறுத்தப்பட்டுள்ளதை நீங்கள் கவனித்திருப்பீர்கள். ஜெபத்தின் வல்லமை மற்றும் அது எவ்வளவு முக்கியமானது என்பதை உங்கள் தினசரி வாழ்க்கையில் உணர உதவுவதே என் நோக்கம். ஆனால், பிறர் ஜெபங்களில் மட்டும் அல்லது இந்தப் புத்தகத்தில் எழுதப்பட்ட ஜெபங்களில் மட்டும் சார்ந்திருப்பதற்கு பதிலாக, நீங்கள் உங்கள் சொந்த தனிப்பட்ட ஜெபங்களை தினமும் தேவனிடத்தில் செய்வதற்கான தன்னம்பிக்கையை வளர்க்க வேண்டும் என்பதே என் ஆசை. இந்த அதிகாரத்தில், ஜெபத்தில் எவ்வாறு ஈடுபட வேண்டும், யாரை நோக்கி ஈடுபட வேண்டும் என்பதற்கான சில குறிப்புகளை நான் வழங்குகிறேன்.

ஜெபத்தின் செயல்பாடு எப்படி இயங்குகிறது?

இங்கே, திரித்துவத்தின் ஒவ்வொரு நபரும் எவ்வாறு நமது ஜெபங்களில் ஈடுபடுகிறார்கள் என்பதைக் குறிப்பிட்டுள்ளேன். திரித்துவம் எவ்வாறு இணைந்து நமது ஜெபங்களைப் புரிந்து, பரிசுத்தமாக்கி, பதிலளிக்கிறது என்பதை அறிதல் உதவியாக இருக்கும். நமது ஜெபங்களைத் தடுக்கும் விதமாக சாத்தான் எவ்வாறு குற்றஞ்சாட்டுகிறான் என்பதையும் சேர்த்துள்ளேன்.

பரிசுத்த ஆவியானவர்

"இருதயங்களை ஆராய்பவர் ஆவியின் சித்தத்தை அறிந்திருக்கிறார், ஏனெனில் பரிசுத்தவான்களுக்காக தேவனுடைய சித்தத்தின்படியே ஆவியானவர் பரிந்து பேசுகிறார்" (ரோமர் 8:27 தமிழ் ESV).

பரிசுத்த ஆவியானவர் நம்மை மிகவும் நெருக்கமாக அறிவார், நம்முடைய நெடுங்கலங்களின் சத்தம் கூட நமது இருதயத்தின் உண்மையை அவருக்குத் தெரிவிக்கிறது. பரிசுத்த ஆவியானவர் தேவனிடமிருந்து நமக்கு உண்மையை வெளிப்படுத்துபவர் மட்டுமல்ல, நமது இருதயங்களையும் தேவனுக்குக் கொண்டு செல்கிறார். பரிசுத்த ஆவியானவர் நம்முள் வாசம்பண்ணுகிறப்படியால், ஜெபம் என்பது நமது வாழ்க்கையிலும் சூழ்நிலைகளிலும் பரிசுத்த ஆவியின் ஆற்றலை இயக்குவதற்கான அழைப்பாகிறது.

பரிசுத்த ஆவியானவர் ஆழமான உறவுடையவர், நமது பலவீனங்களிலும் போராட்டங்களிலும் அவருடைய உதவியை ஜெபம் வரவழைக்கிறது. "அப்படியே, நம்முடைய பலவீனங்களில் பரிசுத்த ஆவியானவர் நமக்கு உதவிசெய்கிறார், நாம் எவ்வாறு ஜெபிக்க வேண்டுமென்று நமக்குத் தெரியாது, ஆனால் பரிசுத்த ஆவியானவரே வார்த்தைகளால் விளக்க முடியாத பெருமூச்சுகளுடன் நமக்காக மன்றாடுகிறார்" (ரோமர் 8:26 தமிழ் ESV (ரோமர் 8:26 NIV). பரிசுத்த ஆவியானவரை நமது ஜெப வாழ்வில் வரவழைப்பது விடுதலையை அளிக்கிறது என்பதை நாம் புரிந்துகொள்கிறோம்: கர்த்தரே ஆவியானவர், கர்த்தருடைய ஆவி எங்கேயோ அங்கே விடுதலை உண்டு" (2 கொரிந்தியர் 3:17 தமிழ் ESVஜெபத்தின்போது, பரிசுத்த ஆவியானவர் நமது இருதயங்களை இலகுவாக்கி, நாம் சுமக்கும் பாரங்களை இறக்க உதவுகிறார்.

தேவன்

அப்போஸ்தலனாகிய பவுல், இயேசுவின் மீதான விசுவாசத்தினால் ஜெபத்தில், 'நாம் தேவனிடத்தில் சுதந்திரத்துடனும் தன்னம்பிக்கையுடனும் அணுகலாம்' என்று போதித்தார் (எபேசியர் 3:12). நாம் தேவனிடத்தில் நேரடியாக ஜெபிக்கிறோம், ஆனால் அது இயேசுவோடு சேர்ந்து செய்கிறோம். நமது ஜெபங்கள் பலவிதமான வெளிப்பாடுகளையும் நோக்கங்களையும் எடுத்துக்கொள்ளலாம், உதாரணத்திற்கு, தேவனுக்கு நன்றி சொல்வது, நமது பிழைகளுக்காக மன்னிப்பு கேட்பது, அல்லது எதற்கும் தேவனிடத்தில் வேண்டுவது போன்றவை.

நாம் ஞானத்தையும் வெளிப்பாட்டையும் பல விஷயங்களில் புரிதலையும் தேடலாம். அவரை அணுகுவதற்கு நமக்குச் சுதந்திரமும் தன்னம்பிக்கையும் கொடுக்கப்பட்டுள்ளன. 'எதற்கும் கவலைப்படாதிருங்கள், எல்லாவற்றிலும் ஜெபத்தினாலும் விண்ணப்பத்தினாலும் உங்கள் விண்ணப்பங்களை நன்றியுடன் தேவனுக்குத் தெரியப்படுத்துங்கள். எல்லாப் புத்திக்கும் மேலான தேவசமாதானம் உங்கள் இருதயங்களையும் உங்கள் மனங்களையும் கிறிஸ்து இயேசுவுக்குள் காத்துக்கொள்ளும்' (பிலிப்பியர் 4:6-7 தமிழ் ESV).

சாத்தான்

சாத்தானும் அவன் பிசாசுகளும் நம்முடைய பாவத்தோடு இணையும் சொற்களையும் செயல்களையும் பதிவு செய்து வைக்கிறார்கள், அவற்றைக் காணும்போது, நம்மை குற்றஞ்சாட்டுவதற்கான காரணமாக சாத்தான் நமது சொற்களையும் பாவங்களையும் பயன்படுத்துகிறான். 'இப்போது நம்முடைய தேவனுடைய இரட்சிப்பும், வல்லமையும், ராஜ்யமும், அவருடைய கிறிஸ்துவின் அதிகாரமும் வந்தன, ஏனெனில் நம்முடைய சகோதரர்களை இரவும் பகலும் தேவனுக்கு முன்பாகக் குற்றஞ்சாட்டும் நிந்தனையாளன் கீழே போடப்பட்டான்' (வெளிப்படுத்தல் 12:10தமிழ் ESV).

இயேசு

விசுவாசிகளுக்கு நல்ல செய்தி என்னவெனில், இயேசு நம்முடைய மத்தியஸ்யராக நியமிக்கப்பட்டுள்ளார். அவர் விசுவாசிகளுக்கும் தேவனுக்கும் இடையில் பிரதிநிதியாக இருக்கிறார். கிறிஸ்தவர்கள் தங்கள் ஜெபங்களை 'இயேசுவின் நாமத்தில், ஆமென்' என்று முடிப்பதை நீங்கள் கவனித்திருப்பீர்கள். இது, தங்கள் வழக்கை தேவனுக்குக் கொண்டுசெல்ல இயேசுவின் நியமிக்கப்பட்ட பங்கு என்பதை அவர்கள் ஏற்றுக்கொள்வதாலேயேயாகும்.

இயேசு, பரலோகத்தில் பிதாவின் வலதுபுறத்தில் அமர்ந்து, நமக்காக பரிந்துபேசுகிறார், இதனால், நம்மீது சாத்தான் கொண்டுவரும் ஒவ்வொரு குற்றஞ்சாட்டையும் ரத்து செய்யும் வல்லமையைக் கொண்டுள்ளார். இது தேவனுக்கு அந்த வழக்கை முடிக்கவும் தண்டனையை (அதாவது தேவனிடமிருந்து பிரிவை) ரத்து செய்யவும் இயலுகிறது.':

"ஆக்கினைக்குள்ளாகத் தீர்க்கிறவன் யார்? கிறிஸ்து இயேசுவே மரித்தவர், இன்னும், உயிர்த்தெழுந்தவர், தேவனுடைய வலது பாரிசத்திலும் இருக்கிறவர், நமக்காக வேண்டுதல் செய்கிறவரும் அவரே". (ரோமர் 8:34தமிழ் ESV). நாம் ஜெபித்து மனந்திரும்பும் போது, இயேசு மத்தியஸ்தராக, சாத்தான் கொண்டுவரும் குற்றஞ்சாட்டுகளை ரத்து செய்து, தேவன் நம்மை மன்னிக்கப்பட்டவர்களாக அறிவிக்க அனுமதிக்கிறார்.

நம்முடைய பாவங்களுக்கு ஈடாக சிந்தப்பட்ட ட இயேசுவின் இரத்தத்தினாலே, நம் கடன் அடைக்கப்பட்டதாக தேவனுக்கு முன்பாக இயேசு அறிவிக்க முடிகிறது. அவர் இரத்தம் எளிமையாக நம்முடைய சார்பாகப் பேசுகிறது. 'பரிபூரணமாக்கப்பட்ட நீதிமான்களுடைய ஆவிகளினிடத்திற்கும், யாவருக்கும் நியாயாதிபதியாகிய தேவனிடத்திற்கும், பரலோகத்தில் பதிவுசெய்யப்பட்ட முதற்பேறானவர்களின் சபைக்கும், புதிய உடன்படிக்கையின் மத்தியஸ்தராகிய இயேசுவுக்கும், ஆபேலின் இரத்தத்தைவிட சிறந்த வார்த்தையைச் சொல்லும் தெளிக்கப்பட்ட இரத்தத்திற்கும் நீங்கள் வந்துள்ளீர்கள்' (எபிரெயர் 12:23-24தமிழ் ESV). எபிரெயர்நம்முடைய பாவங்களுக்கு நாம் மனந்திரும்பி, இயேசுவால் பிரதிநிதித்துவம் செய்யப்படும்போது, தேவனுடைய நியாயாதிபத்தியம் ஒவ்வொரு முறைவும் நமக்குச் சாதகமாக இருப்பதற்கு அவர் இரத்தமே அம்சமாக இருக்கிறது.

நமது ஜெபத்தின் எடுத்துக்காட்டு: ஆண்டவரின் ஜெபம்

நாம் எவ்வாறு தேவனை நோக்கி ஜெபிக்க வேண்டும் என்பதைப் பற்றிய சிறந்த போதனையை இயேசு நமக்குக் கொடுத்தார். அவர் மலையில் புகழ்பெற்ற ஒரு போதனை செய்தார். அவருடைய செய்தியின் போது, அவருடைய சீடர்கள் அவரிடம் எவ்வாறு ஜெபிக்க வேண்டும் என்று கேட்டார்கள். அதற்கு இயேசு இவ்வாறு பதிலளித்தார்:

அப்படியெனில், நீங்கள் இவ்விதம் ஜெபிக்கவேண்டும்:

'பரலோகத்திலிருக்கிற எங்கள் பிதாவே, உம்முடைய நாமம் பரிசுத்தப்படுவதாக. உம்முடைய ராஜ்யம் வருவதாக. பரலோகத்திலே செய்யப்படுகிறது போல பூமியிலேயும் உம்முடைய சித்தம் செய்யப்படுவதாக. எங்கள் அனுதின உணவை இன்று எங்களுக்குத் தாரும். எங்கள் கடன்களை மன்னியும், அப்படியே எங்கள் கடனாளிகளுக்கு நாங்கள் மன்னிக்கிறது போல. எங்களைச் சோதனைக்குட்படுத்தாமல் தீமையிலிருந்து எங்களை இரட்சியும்' மத்தேயு 6:9-13 (தமிழ் ESV).

இயேசுவின் ஜெபத்திலிருந்து நாம் கற்றுக் கொள்வது

எங்கள் பிதாவே - இந்த ஜெபத்தின் தொடக்கம், தேவனோடு நேரடியாக நெருக்கமான உறவிலிருந்து ஜெபிக்க கற்றுக்கொடுக்கிறது. அவர் அன்பு செலுத்தி, படைத்து, இரட்சித்து, வழிநடத்தி, அளித்து, உரையாடி, சுகப்படுத்தும் பிதாவாகிய தேவனோடு நாம் தேர்ந்தெடுக்கப்பட்ட பிள்ளைகளாய் கொண்டுள்ள உறவின் நிலையை நெருக்கமாக ஏற்றுக்கொள்வதாகும்.

பரலோகத்திலிருக்கிற - இங்கு, இயேசு தேவனுடைய நிலையைப் பரலோகத்தில் இருப்பதாக ஏற்றுக்கொள்கிறார். தேவன் நம்மை நிரப்பி, பரிசுத்த ஆவியால் நம் வாழ்க்கையைச் சூழ்ந்திருந்தாலும், அவர் இன்னும் பரலோக சிங்காசனத்தில் அமர்ந்திருக்கிறார், ஆனால் எல்லா விதத்திலும் நம்மோடு இருப்பதற்காக எங்கும் நிறைந்தவராக இருக்கிறார். பரலோகத்தில் வீற்றிருக்கும் அவர், பரலோகத்தின் எல்லாச் சிரேஷ்ட விஷேசங்களாலும் சூழப்பட்டிருக்கிறார், அவரது ஆசை, தமது பிரசன்னத்தையும் ஆவிக்குரிய வளங்களையும் பூமியில் நம்முடைய நிஜ வாழ்வில் கொண்டு வருவதாகும். 'நம்முடைய கர்த்தராகிய இயேசு கிறிஸ்துவின் பிதாவாகிய தேவனுக்கு ஸ்தோத்திரம். பரலோகத்தில் அவர் கிறிஸ்துவுக்குள் ஆவிக்குரிய சகல ஆசிகளையும் நமக்குத் தந்துள்ளார்' (எபேசியர் 1:3 தமிழ் ESV).

உம்முடைய நாமம் பரிசுத்தப்படுவதாக - ஜெபத்தின் ஒரு முக்கியமான பகுதி தேவனுடைய பரிசுத்தத்தை ஏற்றுக்கொள்வதே ஆகும். இது நம்முடைய இருதயங்களை ஜெபத்தின் வழியாக அவரைத் துதிக்கத் தயாராக்குகிறது. நமது ஆராதனை தேவனை போற்றுகிறது மற்றும் அவருடைய வல்லமையில் நம் விசுவாசத்தை வலுப்படுத்துகிறது.

உம்முடைய ராஜ்யம் வருவதாக. உம்முடைய விருப்பம் பரலோகத்தில் செய்யப்படுவது போல பூமியிலும் செய்யப்படுவதாக- அவர் ராஜ்யம் நம் சூழலில் வரும்படியாகவும், அவரது சித்தம் நம் குடும்பம், வேலை, சபை, சமூகம், நகரத்தில் வெளிப்படும்படியாகவும் ஜெபிக்கும் போது, நம்முடைய

திட்டங்களை அவருடைய பரலோக ஆட்சிக்கு கீழ்ப்படிவதற்காக ஒப்புக்கொள்கிறோம். தேவனுடைய ராஜ்யம் என்பது தேவன் ஆளும் ஆட்சி. இது நிச்சயமாக பரலோகத்தில் இருக்கிறது, ஆனால் நாம் அவருடைய பரிசுத்த ஆவியை நம் சூழலை நிரப்பும்படி ஏற்றுக்கொண்டு அழைக்கும் போது, பூமியிலும் அது நடக்க முடியும். கிறிஸ்துவின் மகிமையின் செல்வங்களை பூமியில் நமக்குக் கிடைக்கப்பெறும்படி அவர் விரும்புகிறார், நமது ஜெபம், பரலோகத்தின் நிஜத்தின் ஒரு பங்கினை கேட்கிறது, அது இப்பொழுது நமக்குக் கிடைக்கிறது, ஆனால் முழுமை எதிர்காலத்தில் வரும். 'அவர் தமது சித்தத்தின்படி, காலங்களின் நிறைவில், பரலோகத்திலும் பூலோகத்திலும் உள்ள அனைத்தையும் கிறிஸ்துவுக்குள் ஒன்று சேர்ப்பிக்க வேண்டும் என்ற தம்முடைய இரகசியத் திட்டத்தைத் நமக்குத் தெரியப்படுத்தினார்.' (எபேசியர் 1:10 தமிழ் ESV).

இயேசு ஆண்டவராக உயர்த்தப்படுகிற இடத்தில், தேவனுடைய இராஜ்யத்தின் ஆட்சி இருக்கும். இது சபைக் கூட்டத்தில் மட்டுமே இருக்க வேண்டியதில்லை. உங்கள் வீட்டிலும், வேலைப்பகுதியிலும் அவர் ஆண்டவராக இடம்பிடிக்கும்படி அனுமதிப்பதன் மூலம், நீங்கள் தேவனுடைய இராஜ்யத்தை அனுபவிக்க முடியும். இது நிகழும்போது, அந்த சூழல் பரலோகத்துக்குரிய சமாதானம், வல்லமை, ஆனந்தம், தேவனுடைய சந்நிதியால் நிரம்பி, சாத்தானையும் அவன் வல்லமைகளையும் அகற்றும் இடமாகிறது.

எங்கள் அனுதின உணவை இன்று எங்களுக்குத் தாரும் – இயேசுவின் ஜெபத்தின் இந்த பகுதி, நம் அன்றாடத் தேவைகளை நிறைவேற்றும்படி தேவனிடம் கேட்கலாம் என்பதை நினைவூட்டுகிறது. நமது விண்ணப்பங்கள் அப்பத்துக்கு மட்டும் மட்டுப்படுத்தப்படவில்லை, அவை பல்வேறு தேவைகளையும் உள்ளடக்கலாம். வேலை, நிலை, வாய்ப்புகள், குணமடைதல், உறவுகள், சமாதானம் போன்ற எதற்கும் நம்மால் கேட்க முடியும். நமக்கு தேவையான எதையும் நம்பிக்கையோடு தேவனிடத்தில்

கொண்டுவர வேண்டும். அன்றாடத் தேவைகளுக்காக ஜெபிக்க இயேசு அப்பத்தை எடுத்துக்காட்டாகப் பயன்படுத்தினார். அவர் தேவனிடம் யாசிக்கும்படி அல்ல, ஆனால் நம்பிக்கையோடு கேட்கும்படி கற்றுக்கொடுத்தார். தமது ஊழியத்தின் போது, இயேசு அப்பத்தை அற்புதமாகப் பெருகச் செய்து ஆயிரக்கணக்கானவர்களைப் போஷித்தார், இதன்மூலம் தேவனுடைய வழங்கும் வல்லமையையும், அவருடைய ஐக்கியத்திற்கான மதிப்பையும் வெளிப்படுத்தினார். அப்பத்தின் எடுத்துக்காட்டுக்கு பல வேதாகமச் சூழல்கள் உள்ளன. இங்கே சில:

சாப்பிடும் அப்பம்

- நமது உடல் ஊட்டச்சத்திற்காக. "நான் இளைஞனாயிருந்தேன், முதிர்வயதுள்ளவனுமானேன், ஆனாலும் நீதிமான் கைவிடப்பட்டதையும், அவன் சந்ததி அப்பத்துக்கு இரந்து திரிகிறதையும் நான் காணவில்லை" (சங்கீதம் 37:25 தமிழ் ESV).

- நமது ஆவிக்குரிய ஊட்டச்சத்திற்காக."இயேசு அவர்களை நோக்கி: ஜீவ அப்பம் நானே, என்னிடத்தில் வருகிறவன் ஒருக்காலும் பசியடையான், என்னிடத்தில் விசுவாசமாயிருக்கிறவன் ஒருக்காலும் தாகமடையான்" ' (யோவான் 6:35 தமிழ் ESV).

அப்பம் பிட்குதல் - ஐக்கியத்திற்காக

- பிறருடன் ஐக்கியம் – நம்பிக்கையாளர்களோடு விசுவாசிகளின் தினசரி ஐக்கியத்தின் அடையாளமாக அப்பம் விளங்குகிறது. "அவர்கள் அப்போஸ்தலருடைய உபதேசத்திலும், அந்நியோந்நியத்திலும், அப்பம் பிட்குதலிலும், ஜெபம்பண்ணுதலிலும் உறுதியாய்த் தரித்திருந்தார்கள்' (அப்போஸ்தலர் 2:42 தமிழ் ESV).

- கிறிஸ்துவோடு ஐக்கியம் – இப்போது இயேசு மரித்தும் உயிர்த்தெழுந்தும் இருப்பதால், அது நம்முடைய சமாதானத்தின் அடையாளமாக விளங்குகிறது. 'மேலும் அவர் அப்பத்தை எடுத்து, ஸ்தோத்திரம் பண்ணி, அதை முறித்து, அவர்களுக்குக் கொடுத்து, 'இது உங்களுக்காகக் கொடுக்கப்படுகிற என் சரீரமாக இருக்கிறது, என்னை நினைவுகூரும்படி இதைச் செய்யுங்கள்' என்றார்.' (லூக்கா 22:19 ESV).

எங்கள் கடனையும் மன்னியும் - வேதாகமத்தில், இஸ்ரவேலின் இராஜாவும் மேய்ப்பனும், சங்கீதக் கவிஞனும், இசைக்காரனுமான தாவீது, பாவம் தன்னை, தன் குடும்பத்தையும், இஸ்ரவேல் இராஜ்யத்தையும் பெரிதும் பாதித்திருந்தாலும், தேவனால் மன்னிக்கப்பட்டது என்னும் அனுபவத்தை

நெருக்கமாக அறிந்திருந்தான். அவன் தேவனுடைய மன்னிப்பைப் பற்றிய தனிப்பட்ட வெளிப்பாட்டிலிருந்து எழுதியுள்ளான்."மேற்குக்கும் கிழக்குக்கும் எவ்வளவு தூரமோ, அவ்வளவு தூரமாய் அவர் நம்முடைய பாவங்களை நம்மைவிட்டு விலக்கினார்". (சங்கீதம் 103:12 தமிழ் ESV). பாவம் நீக்கப்பட்ட நிலையில் வாழ்வது கிறிஸ்துவின் நீதியில் வாழ்வதற்கு வழி செய்கிறது.
ஆண்டவரின் ஜெபத்தில், 'எங்கள் கடன்களை மன்னியும்' என்ற வரியில், கிறிஸ்துவின் பரிசுத்தத்திலும் நீதியிலும் நடந்து, தேவனுடைய மாபெரும் மன்னிப்பைப் பெறும்படி இயேசு நம்மை கற்றுக்கொடுக்கிறார். நாம் பாவம் செய்கிறோமா இல்லையா என்பது கேள்வியல்ல, எப்போது செய்கிறோம் என்பதே உண்மை; "எல்லாரும் பாவம் செய்து, தேவனுடைய மகிமையற்றவர்களாக இருக்கிறார்கள்" (ரோமர் 3:23 தமிழ் ESV). இந்த மன்னிப்பு மிக வல்லமையானதும் முழுமையானதும் ஆகும், ஏனெனில், எசாயா தீர்க்கதரிசி, தேவன் நமது பாவங்களை நினைவில் கொள்ளாமலிருக்கும்போது, அது முடிவானது என்று பகிர்ந்துள்ளார்: "நான், நானே உன் மீறுதல்களை என் நிமித்தமாகவே குலைத்துப்போடுகிறேன், உன் பாவங்களை நினைக்காமலும் இருப்பேன்" (ஏசாயா 43:25 தமிழ் ESV). தேவனுடைய அருளால் கிடைத்த இந்த அசாதாரண மன்னிப்பு, நம்மை அவரோடு உறவிலும் சுதந்திரத்திலும் வாழ அனுமதிக்கிறது.

எங்கள் கடனாளிகளை நாங்கள் மன்னித்ததுபோல நம் மன்னிப்பு கிழக்கு மேற்குப் போல விரிந்திருந்தாலும், அதற்கு ஒரு அவசியம் உள்ளது என்று இயேசு கற்றுக்கொடுத்தார். தேவனிடமிருந்து நாம் பெற்ற மன்னிப்பு, பிறருக்கும் செல்லவேண்டும். இயேசு இதை இவ்வாறு விளக்கினார்:
"நீங்கள் மற்றவர்களுடைய தப்பிதங்களை அவர்களுக்கு மன்னியுங்கள் என்றால், உங்கள் பரமபிதா உங்களுக்கும் மன்னிப்பார். ஆனால் நீங்கள் மற்றவர்களுடைய தப்பிதங்களை மன்னியாதிருந்தால், உங்கள் பிதா உங்கள் தப்பிதங்களையும் மன்னியாதிருப்பார்" (மத்தேயு 6:14–15தமிழ் ESV).
ஆம், நாம் சரியாகக் கேட்கிறோம். நாம் பிறருக்கு விரோதமாகக் கோபம் கொண்டிருப்போம் என்றால், அது இயேசுவின் மன்னிப்பை நம்மிடம் வந்து சேராமல் தடுக்கிறது. மன்னிப்பை, நான் தீக்கோலங்களால் ஆன அன்பின் வட்டமாகக் கருத விரும்புகிறேன். அது தேவனிடமிருந்து இயேசுவின் மூலம் நமக்கு வருகிறது, பிறகு நம்மூலம் நம்மைத் தவறாக நடத்துவோரிடம் செல்கிறது, பின்னர் இயேசுவின் மூலம் தேவனிடம் திரும்புகிறது, அவர் சாம்பலை அழகாக மாற்றுகிறார். நாம் நம்முடைய பங்கை, அதாவது மன்னிப்பதைச் செய்யவில்லை என்றால், பாதை துண்டிக்கப்படுகிறது, இதனால் நம்முடைய மன்னிப்பு ஒட்டம் தடைபடுகிறது. நமக்கு வழங்கப்பட்ட கிருபை மிகப் பெரிது, ஆனால் அதிகம் கொடுக்கப்பட்டவர்களிடம் அதிகம் எதிர்பார்க்கப்படுகிறது.
நாம் கசப்பை பற்றிக்கொண்டிருந்தால், அந்தச் சாம்பல் நம் ஆவியில் நச்சாகத் தங்கி, உடலையும் மனதையும் ஆவியையும் பாதிக்கிறது. தகுதி

அற்றவர்களாகத் தோன்றினாலும் கூட, மோசமான செயல்களை மன்னிக்க முடியும். தேவனுடைய கிருபை நமக்குத் தகுதி அற்ற நிலையில் கொடுக்கப்பட்டது. நாம் மன்னிக்கும்போது, நடந்ததை ஏற்றுக்கொள்வதில்லை, நாம் அதை நியாயந்தீர்ப்பதற்கு தேவனிடம் ஒப்படைக்கிறோம். நாம் மன்னித்து நம் சாம்பலை தேவனுக்கு ஒப்படைக்கும்போது, அவர் அதை அழகாக மாற்றுகிறார். அவர் இவ்வாறு வாக்களிக்கிறார்: "சீயோனில் துயரப்படுபவர்களுக்குச் சாம்பலுக்குப் பதிலாக அலங்காரத்தையும், துயரத்துக்குப் பதிலாக ஆனந்த தைலத்தையும், ஒடுங்கிய ஆவிக்குப் பதிலாகத் துதியின் உடையையும் கொடுக்கவும், அவர் என்னை அனுப்பினார், நீதியின் மரங்கள் என்று அழைக்கப்படவும், அவர் தமது மகிமைக்காக நாட்டப்பட்டவை." (ஏசாயா 61:3 தமிழ் ESV).

எங்களைச் சோதனைக்குட்படுத்தாமல் - சில செயல்களில் மனிதர்கள் ஈடுபடுவதால் அவர்கள் நேரடியாக சோதனையில் விழுகிறார்கள். பெரும்பாலும் இது நம் உணர்ச்சிகளால் உந்தப்படுகிறது, அவற்றைத் தடுக்க நாம் உறுதியுடன் இருக்காவிட்டால், அவை வலுவான காந்தமாகச் செயல்படலாம். எந்தச் செயல்கள் நம்மைச் சோதனையில் இழுக்கின்றன என்பதை அடையாளம் காண, ஞானமும் விவேகமும் தேவை. கூடவே, நம்மை பாவத்திற்குக் கொண்டு செல்கிற நடத்தை முறைகளை கவனிக்கும் பார்வையும் அவசியம். இவற்றைப் பற்றிய விழிப்புணர்வைத் தரும்படி பரிசுத்த ஆவியை நம்முடைய கண்களைத் திறக்கும்படி தேவனிடம் ஜெபிக்கலாம்.

உதாரணமாக, அசுத்தப் படங்களில் இருந்து விடுபட விரும்பிய ஒருவர், அந்த நடத்தை முறையை முறியடிக்கும் வரை வீட்டில் இணையத்தைப் பயன்படுத்துவதை நிறுத்தினார். சோதனை அகற்றப்பட்டது, அதன் விளைவாக, அந்தப் பாவத்திற்கான அடிமைத்தனம் நீங்கியது. எனக்கு தனிப்பட்ட முறையில், கொலைக்கான ஆவணப்படங்கள் என் ஆத்துமாவிற்கு இருளை ஏற்படுத்தி, என் இருதயத்தைப் பாதித்தன. அவற்றிலிருந்து என் இருதயத்தை காத்ததன்மூலம், நான் பயத்திலிருந்தும் மனச்சோர்விலிருந்தும் விலகுகிறேன். எனவே, அவற்றைப் பார்ப்பதைத் தவிர்க்க முடிவு செய்தேன். எத்தகைய பாவம் உங்களைச் சோதனை செய்யும், அதை எதிர்க்க பரிசுத்த ஆவியோடு இணைந்து சாத்தானின் கவர்ச்சிகளை எதிர்ப்பது மிக அவசியம். "ஆகையால், தேவனுக்குக் கீழ்ப்படிந்திருங்கள், பிசாசுக்கு எதிர்த்து நில்லுங்கள், அப்பொழுது அவன் உங்களைவிட்டு ஓடிப்போவான்" (யாக்கோபு 4:7 தமிழ் ESV). நாம் சோதனையிலே விழுவதற்கான வாய்ப்பு குறைவாகிறது, எப்போது நாம் ஆவியில் வலுவானவர்களாக இருக்கிறோமோ. ஜெபம், வேதாகம வாசிப்பு, பிற விசுவாசிகளோடு ஐக்கியம் மூலம் தேவனுக்குப் பக்கத்தில் இருக்கும்போது, பாவத்துக்கு மிகவும் குறைவாக வெளிப்படுகிறோம், மேலும் சோதனையை எதிர்ப்பதில் வலிமையானவர்களாக இருக்கிறோம்.

இயேசு தம் சீடர்களுக்குக் கர்த்தருடைய ஜெபத்தை கற்பிக்க ஆரம்பிப்பதற்கு முன்பே, தேவனுடைய மக்கள் பல வேதாகமக் கதைகளில் உள்ள பல நபர்களின் கதைகள் மூலம் பாவத்தைப் பற்றிப் பெரிதும் கற்றுக்கொண்டனர், அதில் ஆதாம் மற்றும் ஏவாள், நோவாவின் தலைமுறை, தாவீது, மற்றும் பலர் உள்ளனர். ஒவ்வொருவரும் எப்படி வேறுபாடுகளைச் சந்தித்தனர், ஏன் அவர்கள் பரிசோதனைக்கு பதற்றமாக இருந்தனர், அவர்கள் எப்படி பாவம் செய்தனர், மற்றும் அவர்களது செயல்களின் விளைவுகளைப் பற்றிய பார்வைகள் என்ன என்பதைப் பற்றிய பல பாடங்களை எடுத்துக் கொள்ளலாம். நாம் ஆதாம் மற்றும் ஏவாளின் மகன்கள் காயீன் மற்றும் ஆபேல் பற்றிய கதையிலிருந்து கற்றுக்கொள்ளலாம். காயீன் ஆபேலை கொல்லுவதற்கு முன்பு, அவனது இருதயம் பொறாமையால் நிரம்பியிருந்ததைத் தெரிந்து, தேவன் அவனிடம் இவ்வாறு கூறினார்: "நீ நன்மை செய்தால் உனக்கு உயர்வு உண்டாகாதா? நீ நன்மை செய்யாதிருந்தால் பாவம் வாசற்படியிலே பதுங்கியிருக்கும், அது உன்னை விரும்பும், ஆகிலும் நீ அதை ஆண்டுகொள்ள வேண்டும்" (ஆதியாகமம் 4:7, தமிழ் ESV).

தீமையிலிருந்து எங்களை இரட்சியும்- இந்த ஜெபம், சாத்தானும் அவனுடைய வல்லமைகளும் எதிராக தேவனுடைய பாதுகாப்பை வேண்டுவதால் முடிகிறது. தேவன் எல்லாவற்றிலும் வெற்றியாளராய், நாம் தீய திட்டங்களின் இரையாகாமல் காக்கும்படி விசுவாசத்தில் ஜெபிக்க வேண்டும்.

தேவன் நம்மை சாத்தானுக்கு எதிராக ஆயுதமில்லாமல் விடுவதில்லை, அவர் நம்மை தேவனுடைய முழு கவசத்தால் ஆயத்தப்படுத்துகிறார். நாம் போர்களை எதிர்கொள்வோம், அதனால் பூரணமான பாதுகாப்பு தேவைப்படுகிறது என்று அவர் அறிந்தார். அதற்காக நம்முடைய முழு உடலையும் காக்கும் கவசப் பகுதிகளை அவர் கொடுத்துள்ளார். நம் இருதயங்களைப் பாதுகாப்பது உயிர்வாழ்விற்கு அத்தியாவசியம், விசுவாசத்தின் கேடயம் ஒரு முக்கியமான கவசமாகிறது.

பவுல் இதை இப்படிச் சொல்கிறார்: "அதோடு, தீயவன் எய்யும் எரிந்த அம்புகளையெல்லாம் அணைக்கும் விசுவாசமாகிய கேடயத்தையும் எடுத்துக்கொள்ளுங்கள்" (எபேசியர் 6:16 தமிழ் ESV).

பவுல் எபேசு சபைக்கு எழுதிய கடிதத்தில் குறிப்பிடும் கவசத்தின் வகையைக் குறித்த சூழ்நிலையைப் பற்றிப் சிறிது தெரிந்துகொள்ளுதல் சுவாரசியமாக உள்ளது. அவரது செய்தியை கேட்டவர்கள் ஒரு ரோமானிய கவசத்தைப் பற்றித் தெரிந்தவர்களாக இருந்தனர், அது பல அடுக்குகளாக இருக்கும் கனமான மரத்தால் செய்யப்பட்டு தோலால் மூடியது. ரோமானிய போர் வீரர்கள் அதை நன்கு நெகிழ்வாக வைத்திருக்க தினமும் தோலை எண்ணெய் தடவ வேண்டும். ஒவ்வொரு போருக்கும் முன்னரே, அவர்கள் தோலை தண்ணீரில் நனைத்து கவசத்தை தீக்கெதிரானது ஆக்க வேண்டும்.

அப்போது தான் அது எதிராக வரும் தீயை அணைக்கும்.

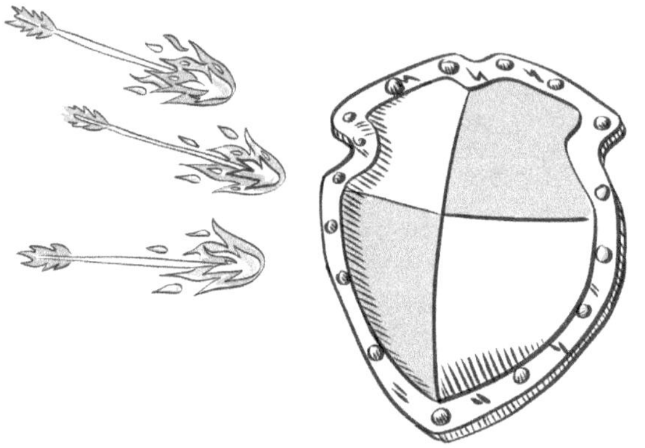

இந்த ஒப்புமையின் ஆன்மீகப் பயன்பாடு, தேவனில் நமது விசுவாசம் நமது இருதயத்தின் மேல் நம்பிக்கையுடன் வைத்திருக்கும் கவசமாக செயல்படுகிறது. நமது கவசம் ஜெபத்தின்போது பரிசுத்த ஆவியிடமிருந்து நாம் பெறும் அதிகாரத்தால் தினமும் எண்ணெய் தடவப்படுகிறது. போருக்கு முன்னர் பயன்படுத்தப்படும் தண்ணீர் பரிசுத்த ஆவியின் சுத்திகரிப்பு மற்றும் புதுப்பிப்பைக் குறிக்கிறது, நாம் விசுவாசத்தால் தேவனை உறுதியாக நம்புகிறோம்.

நாம் எப்போதும் போரின் நிலையில் இருக்க மாட்டோம் என எனக்கு தோன்றுகிறது. ஆனால் தேவனுடைய படையில் ஒரு பகுதியாக, நாம் நம்பிக்கையிலும் அவருடைய பாதுகாப்பிலும் உறுதியாக நிலைத்திருக்க ‘வாசம் செய்யும்’ நிலைகளில் நம்முடைய ஸ்தானத்தை எடுக்கலாம். நம்பிக்கையில் நிலைத்திருக்க வேண்டும் என்றால், போரினை அவரிடம் ஒப்படைத்து, அவர் ஜெயங்கொண்டவர் என்று நம்பிக்கையை பேணுவதையே குறிக்கிறது. நாம் அவரின் விசுவாசத்தில் அவரை நமது வாழ்விடமாக அனுமதிக்கிறோம். அவர் நமது கேடகமும் கோட்டையும் ஆகி நாம் அடைக்கல இடத்தைப் பெறுகிறோம். ”அவர் தமது சிறகுகளால் உன்னை மூடுவார், அவருடைய இறக்கைகளின் கீழ் நீ தஞ்சம் அடைவாய், அவருடைய உண்மை உனக்குக் கேடயமும், கவசமும் ஆகும்” (சங்கீதம் 91:4, தமிழ் ESV). இதில் பரிசுத்த ஆவியில் விசுவாசமாகவும், வேரூன்றியிருப்பதும் அடங்கும், அது அவரது ஜீவத் தண்ணீர் நதி, நமக்கு தீமை, கலகம், குழப்பம், பிரச்சினைகளில் தாங்கும் சக்தியைக் கொடுக்கும். தாவீது இராஜா இதைப் பின்வருமாறு விவரித்தார்: ”பொல்லாதவர்களின் ஆலோசனையின்படி நடவாமல், பாவிகளின் வழியில் நிற்காமலும், பழிக்குழிப்பவர்களின் மத்தியில் உட்காராமலும், தேவனுடைய பிரமாணத்தில் பிரியப்பட்டு, இரவும் பகலும் அதை தியானிக்கும் மனிதன் பாக்கியவான், அவன் நீரோடையோரமாய் நடப்பட்ட மரத்தைப்போல இருப்பான், அது தன் காலத்திலே கனியைத் தந்து, இலை உதிராமலிருக்கும், அவன் செய்கிறதெல்லாம் வாய்க்கும்” (சங்கீதம் 1:1–3, தமிழ் ESV).

அதிகாரம் 15

நம் வாழ்க்கையில் தேவனுடைய சித்தத்திற்காக ஜெபிப்பது

விசுவாசியான ஒருவருக்கான நோக்கத்தை, அவர் தமது சித்தத்தின்படி, பரிசுத்த ஆவியின் வழிகாட்டுதலால் நம் இருதயங்களில் வெளிப்படுத்துகிறார். பரிசுத்த ஆவி நமக்காக தேவனிடத்தில் பரிந்துபேசுகிறார். "'மேலும், அவருடைய சித்தத்தின்படியே எல்லாவற்றையும் செய்கிறவருடைய தீர்மானத்தின்படியே, கிறிஸ்துவுக்குள் நமக்குச் சொத்துரிமையும் கிடைத்தது" (எபேசியர் 1:11 தமிழ் ESV). தேவன் தொடக்கத்திலிருந்து முடிவு வரை செய்ததை வெளிப்படுத்தவில்லை என்றாலும், நாம் நித்தியத் திட்டத்தின் ஒர் அங்கமாக இருக்கிறோம் என்பதை நம் இருதயங்களில் அறிவிக்கிறார். நாம் நோக்கத்துடன் படைக்கப்பட்டவர்கள் என்பதையும், தேவன் தமது இராஜ்யத்தில் நமக்கென ஒரு நோக்கத்தை அமைத்திருக்கிறார் என்பதையும் இயற்கையாகவே நம் உள்ளங்களில் உணர்கிறோம்.

இயேசு பிதாவின் சித்தத்திலே வாழ்ந்தார்

இயேசு தம் தந்தையான தேவனுக்கு முன்கூட்டியே நியமிக்கப்பட்ட நித்தியத் திட்டம் இருப்பதை அறிந்தார். அதற்குச் சமர்ப்பிக்கத் தயார் ஆனார். இயேசு இப்படிச் சொன்னார்: "அப்பொழுது நான்: தேவனே, உமது சித்தத்தைச் செய்ய, இதோ, நான் வந்துள்ளேன், ஏனெனில் உமது விருப்பம் செய்யப்பட, உமது திட்டத்தில் என்னுடைய சரீரம் நிறைவேற்றப்பட்டிருக்கிறது என்றேன்" (எபிரெயர் 10:7 தமிழ் ESV). 'எபிரெயர்இயேசு தேவனுடைய திட்டத்திற்கு உட்பட்டார் மற்றும் அதனுடன் ஒத்துப் போகும்படி ஜெபித்தார். தாம் பலியிடப்படும் ஆட்டுக்குட்டியாக இருக்க வேண்டுமென தேவனுடைய சித்தத்தை அறிந்தபோது, துன்பம் இருக்கிறது என்பதை உணர்ந்தார், ஆனாலும் தேவனுக்காகவும் நமக்காகவும் அன்பினால் பயன்படுத்தப்படத் தயார் ஆனார். அவர் இப்படிச் ஜெபித்தார்: 'இரண்டாம் முறையும் பிரிந்து சென்று,"என் பிதாவே, இது என்னைவிட்டு நீங்கக்கூடாததாகில், உமது சித்தத்தின்படி ஆகக்கடவது என்று ஜெபம் பண்ணினார்" (மத்தேயு 26:42 தமிழ் ESV).

இயேசுவின் கீழ்ப்படிதல் அவர் இரட்சகராகிய நோக்கத்திற்கும், தந்தையின் வலதுபக்கத்தில் அமர்ந்து பரலோகத்திலே உயர்ந்த நிலையில் இருப்பதற்குமான பதவிக்கும் முக்கியமானது. தேவன் இயேசுவை "அவர் எல்லா அதிகாரத்திற்கும், எல்லாப் பெயர்களுக்கும் மேலாக, இந்த உலகத்திலும் அடுத்து வரவிருக்கும் உலகத்திலும் பெயரிடப்படும் எந்தப் பெயர்லையும் தமக்கே உரியவராக்கினார். அவர் எல்லாவற்றையும் அவருடைய பாதங்களுக்குக் கீழே அடிபணிந்து, எல்லாப் பொருட்களுக்கும் மேலான அவருடைய தலையாக சபைக்காக இருக்கும்படி செய்தார். அவருடைய உடலான அவர், எல்லாவற்றையும் நிரப்பும் முழுமையே." (எபேசியர் 1:21-23 தமிழ்) என்று நியமித்தார்.

நமது அழைப்புக்கான அவருடைய சித்தத்தை அறிதல்

நமது அழைப்பைப் பற்றி சிந்திக்கும்போது, நாம் கவனிக்க வேண்டியவை:

எனது வாழ்க்கையில் எல்லோரிடமும் இல்லாத கிருபை இருக்கிறதா? உதாரணமாக, மக்களின் பெயர்களையும் கதைகளையும் நினைவில் வைத்துக்கொள்ளும் வல்லமை இருக்கிறதா? தலைமைக்கான தனிப்பட்ட திறமை இருக்கிறதா? நிதிகளை சீராக நடத்துவதில் திறமை உள்ளதா? பொருட்களை ஒழுங்குபடுத்தும்போது மற்றவர்கள் அடிக்கடி அதைப் பாராட்டுகிறார்களா? பிரச்சனைக் காலங்களில் சிறப்பாகச் செயல்படுகிறேனா? மக்கள் அடிக்கடி ஆலோசனை கேட்டு வருகிறார்களா? தேவன் உங்களுக்குத் தந்த இயற்கை கிருபைகளை கவனியுங்கள்.

என்னை ஆழ்ந்த திருப்தியடையச் செய்யும் விஷயம் என்ன? நான் நிறைவு அடைகிறேன் என்று உணரச் செய்யும் விஷயம் என்ன? சிறுவயதில் என்னை மகிழ்ச்சியடையச் செய்தது என்ன? இது தேவன் என்னை எதற்காக உருவாக்கினார் என்பதை உணருங்கள். (உதாரணம்: ஆசிரியரின் கணவர் பிலிப்பும் அவருடைய சகோதரரும் சிறுவயதில் எந்திரங்களை பிரித்து மீண்டும் அமைக்க முயன்றனர், இருவரும் பின்னர் பொறியாளர்களாக ஆனார்கள்.)

தேவன் எனக்கு அளித்துள்ள பரிசுத்த ஆவியின் தனித்துவமான வரங்கள் என்ன? கொரிந்து சபைக்கு எழுதிய கடிதங்களில் ஒன்றில், அப்போஸ்தலனாகிய பவுல் புதிய கிறிஸ்தவர்களுடன் பரிசுத்த ஆவியின் வரங்களைப் பற்றி விவாதிக்கிறார். அவர் கூறுகிறார், "அன்றியும், சகோதரரே, ஆவிக்குரியவைகளைக் குறித்து நீங்கள் அறியாதிருக்க எனக்கு மனதில்லை"(1 கொரிந்தியர் 12:1 தமிழ் ESV). பவுல் 'சகோதர சகோதரிகளே' என்று சொல்லும்போதெல்லாம், அவர் கிறிஸ்தவர்களை நோக்கிச் செல்கிறார். பரிசுத்த ஆவியின் வரங்கள் கிறிஸ்தவர்கள் மீது நாம் பரிசுத்த ஆவியின் வல்லமையைப் பெறும்போது அவர்களுக்கு அருளப்படுகின்றன என்பதை இங்கே நாம் அறிகிறோம். பவுல் தொடர்கிறார்,

பொது நலனுக்காக ஒவ்வொருவனுக்கும் ஆவியின் வெளிப்பாடு கொடுக்கப்பட்டுள்ளது. ஏனெனில், ஒருவனுக்கு ஆவியின் மூலம் ஞானத்தின் வார்த்தை கொடுக்கப்படுகிறது, இன்னொருவனுக்கு அதே ஆவியின்படி அறிவின் வார்த்தை கொடுக்கப்படுகிறது. வேறொருவனுக்கு அதே ஆவியினால் விசுவாசமும், இன்னொருவனுக்கு அதே ஒரே ஆவியினால் குணமாக்கும் வரங்களும் கொடுக்கப்படுகின்றன. வேறொருவனுக்கு அற்புதங்களைச் செய்யும் சக்தியும், இன்னொருவனுக்குத் தீர்க்கதரிசனமும், இன்னொருவனுக்கு ஆவிகளைப் பகுத்தறியும் வரமும், வேறொருவனுக்குப் பலவகையான பாஷைகளைப் பேசும் வரமும், இன்னும் ஒருவனுக்கு பாஷைகளை வியாக்கியானம் பண்ணும் வரமும் கொடுக்கப்படுகிறது. ஆனால் இவை அனைத்தையும் ஒரே ஆவியானவரே செய்கிறார், அவர் விரும்பியபடியே ஒவ்வோர் தனிப்பட்டவனுக்கும் பகிர்ந்தளிக்கிறார் (1 கொரிந்தியர் 12:7-11 தமிழ் ESV)

முதல் பார்வையில், இந்த வரங்கள் கிறிஸ்தவ ஊழியத்தில் ஊழியக்காரராகச் செயல்படுவோருக்கே தேவையானவை என்று நினைக்கத் தோன்றலாம். ஆனால், இந்த வரங்களில் பலவற்றை விசுவாசிகள் பல்வேறு சூழல்களில் பயன்படுத்துகிறார்கள். ஞான வரம் கொண்ட அறுவை சிகிச்சை மருத்துவரைத் தேர்ந்தெடுப்பீர்களா? அல்லது மலைகளை அசைக்கக் கூடிய விசுவாசத்தின் வரம் கொண்ட தலைமை நிர்வாக அதிகாரியைத் தேர்ந்தெடுப்பீர்களா ? பரிசுத்த ஆவியுடன் சேர்ந்து தீர்க்கதரிசனத்தின் வரம் கொண்டு இயங்கும் மனயியல் நிபுணர் ஒருவரைச் சிந்தியுங்கள்–அவர் தேவனுடைய சுகமாக்கும் வரத்தின் வல்ல கருவியாக இருக்க முடியும். வாழ்வின் ஒவ்வொரு நடைப்பாதையிலும், ஒவ்வொரு துறையிலும் தேவனுக்குப் பிள்ளைகள் தேவை. அவர் நம் வாழ்க்கையில் வைத்திருக்கும் அழைப்பிற்கு ஏற்ப நம்மைத் தகுதிப்படுத்துகிறார்.

தேவன் என்னை வழிநடத்துவதாக உணரும் பகுதிகள் உள்ளனவா?
பெரும்பாலும், இது தேவ வசனங்கள் மூலமாகவோ அல்லது வெறும் தற்செயல் நிகழ்வு என்று சொல்ல முடியாத அளவுக்கு தெளிவற்ற சூழ்நிலைகள் மூலமாகவோ இருக்கலாம். குறுகிய காலத்திற்குள் ஒரே

கருத்தைப் பகிர்ந்து கொள்ளும் பலரையும் இது உள்ளடக்கியிருக்கலாம். சில சமயங்களில், நம்பகமான தலைவர்கள் நம்மை வளர்த்து, நம் அழைப்புக்கு இட்டுச் செல்லும் பல்வேறு வாய்ப்புகளுக்கு நம்மை வழிநடத்தும் ஞானத்தைக் கொண்டுள்ளனர், அதே நேரத்தில் நம் சொந்த பகுத்தறிவைப் பயன்படுத்துவதில் கவனமாக இருக்கிறார்கள். அவர் நம்மைத் தூண்டும் தனித்துவமும் பல்வேறு வழிகளும் உண்மையிலேயே முடிவற்றவை.

என் வாழ்க்கையில் சில முறை, கனவுகளின் மூலம் தேவன் அடுத்த படிகளை எனக்குக் காட்டியிருக்கிறார். பரிசுத்த ஆவியிடமிருந்து நான் ஒரு கனவு பெற்றதை நினைவுகூர்கிறேன். அந்தக் கனவில், எனக்கு அறிமுகமில்லாத ஒரு குறிப்பிட்ட கல்லூரிக்கு செல்லும்படி தேவன் கூறினார். அந்தக் கனவில் தேவன் என்னை நம்புமாறு விரும்புகிறார் என்ற மிக வலுவான உணர்ச்சி இருந்தது. மறுநாள் காலை எழுந்தபோது அந்த உணர்வு எனக்குள் நீடித்திருந்ததால், அந்தக் கல்லூரியை இணையத்தில் தேடினேன். அது ஒரு வேதாகமக் கல்லூரி என்பதை அறிந்தபோது மிகுந்த அதிர்ச்சியடைந்தேன்.

தேவன் இதை உறுதிப்படுத்தினார் என்பதை உணர்வதற்கு இரண்டு ஆண்டுகள் காத்திருந்தாலும், அந்தக் கனவு என்னை அந்த வேதாகமக் கல்லூரியில் சேர்வதற்கான முக்கியமான காரணமாக இருந்தது. ஆச்சரியமாக, சேர்ந்த ஒரு வாரத்திற்குப் பிறகு, ஒரு பள்ளியில் உள்ள ஆசிரியர் என்னைத் தொடர்புகொண்டு, முன்நூறு மாணவர்களுக்கு பன்னிரண்டு நாளுக்கு ஒருமுறை வேதாகமப் பாடங்களை கற்பிக்குமாறு கேட்டார். இந்த பங்கு பல்வேறு ஊழிய வாய்ப்புகளுக்குக் காரணமாகியது. இது தேவன் என் பாதையை படிப்படியாக வெளிப்படுத்திய கீழ்ப்படிதலின் அடிப்படையிலான நடைப்பாதையாக இருந்தது.

என் இருதயத்தில் ஒருபோதும் மறையாத ஏக்கம் இருக்கிறதா? பெரும்பாலும், அது நமக்குத் தெளிவாகத் தோன்றவில்லை என்பதற்காக அதை நாம் புறக்கணித்து விடுகிறோம். அல்லது அது பயனுள்ளதாகவோ, நிலையானதாகவோ இருக்க முடியாது என்று நம்மால் கருதப்படலாம். ஆனால், தேவன் நம்மிடத்தில் குழந்தைத்தனமான விசுவாசத்தையும் நம்பிக்கையையும் விரும்புகிறார். நம்மைப் போல் அவர் தடைகளாலும் கட்டுப்பாடுகளாலும் கட்டுப்படுபவர் அல்லர்.

இயேசு பிதாவின் சித்தத்திலே வாழ்ந்தார்

தேவன் கேட்கிறார், அவர் பதிலளிக்கிறார், மேலும் அவர் தமது சித்தத்திற்காக நம்மைத் தகுதிப்படுத்துகிறார். எகிப்தில் தன் ஜனங்கள் சந்தித்த அநியாயத்தை மோசே வெறுத்தார். அவர் அதை அளவுக்கு மீறி வெறுத்ததால், ஒரு சர்வதிகாரியை கொன்றுவிட்டார். தன் ஜனங்களின் விடுதலைக்காக அவரது இருதயம் ஏங்கியது. தேவன் அவரை அந்த விடுதலையைத் தர அழைத்தபோது, தன் பேசும் திறன் குறைவால் அவர் தடுக்கப்பட்டார். அவர் வாய் தடைப்பட்டவராக இருந்தார். ஆனால், தேவன் அவருக்குப் பின்பு சகோதரனான ஆரோனை வாயாக அளித்தார். கூடவே, செங்கடலைப் பிளக்குமளவுக்கு, அவர் தேவையான அனைத்தையும் மோசேவுக்கு அளித்தார். நமது தடைகள் தேவனுக்கு ஒன்றுமில்லை. நம்முடைய வாழ்க்கைக்கான தேவனுடைய சித்தத்தைக் நிறைவேற்ற விசுவாசத்துடன் நாம் எடுத்துக்கொள்ளும் காரியங்களுக்காக, அவர் கேட்கிறார், பதிலளிக்கிறார், நம்மைத் தயாரிக்கிறார் என்பதை அறிந்து, தன்னம்பிக்கையுடன் நாம் முன்னேற வேண்டும்.

தேவன் நமக்காகத் திட்டமிட்டிருப்பதைக் குறித்தும், பெரும்பார்வையிலிருந்தும், நம் தினசரி வாழ்க்கையிலிருந்தும் அறிந்திருக்கிறார். கர்த்தர் சொல்லுகிறார்: ”உங்களுக்காக நான் வைத்திருக்கும் திட்டங்களை நான் அறிவேன், கர்த்தர் சொல்கிறார், உங்களைச் செழிக்கச் செய்வதற்கான திட்டங்களே, உங்களுக்கு தீங்கு செய்ய அல்ல, உங்களுக்கு எதிர்காலத்தையும் நம்பிக்கையையும் கொடுக்க” (எரேமியா 29:11 தமிழ் ESV).

நாம் நம் இருதயங்களில் தேவனுடைய நோக்கத்தை உணரும் போதே, அதற்காக ஜெபிக்கிறோம். அவர் எங்கள் ஜெபங்களைக் கேட்கிறார் என்பதை நம்பி, அவர் பதில் தருவார் என்றும், தமது இராஜ்யத்துக்குள் நம் நோக்கத்தை நிறைவேற்றும்படி நம்மைச் சீர்படுத்துவார் என்றும் எதிர்பார்க்க வேண்டும். உண்மையில், தேவனுடைய வசனத்துடனும், சத்தியத்துடனும் ஒத்துப் போகும் எதற்காக வேண்டுமானாலும் ஜெபிக்க நம்பிக்கையோடு இருக்கலாம். அவர் தமது சித்தத்தின்படி எதைக் கேட்டாலும், நாம் தாழ்மையோடு கேட்பதைக் அவர் விரும்புவதால், அவர் வார்த்தையை நாமும் திடமாக அறிவிக்கலாம். வேதாகமத்தில் சுவிசேஷகர் யோவான் நமக்கு இப்படிச் சொல்லுகிறார்:

நீங்கள் இயேசுவின் குமாரனுடைய நாமத்தில் விசுவாசிப்பதனால் உங்களுக்கு நித்திய ஜீவன் உண்டென்று நீங்கள் அறிய வேண்டும் என்பதற்காக நான் இவைகளை உங்களுக்கு எழுதியிருக்கிறேன். நாம் அவருடைய சித்தத்தின்படியே எதையும் கேட்டால் அவர் நமக்குச் செவிகொடுப்பார் என்ற நம்பிக்கை நமக்கு உண்டு. அவரைப் பற்றி நாம் எதையும் கேட்டால், நாம் அவரிடம் வேண்டியதைக் கேட்டிருக்கிறோம் என்று நமக்குத் தெரியும். ஒருவன் தன் சகோதரனைப் பாவம் செய்வதைக் கண்டு, அது மரணத்துக்குரிய பாவமில்லாததாய் இருந்தால், அவனுக்காக ஜீவன் கிடைக்கும், மரணத்துக்குரிய பாவம் செய்வதாக இருந்தால், அதற்காக ஜெபிக்க வேண்டாம் (1 யோவான் 5:13-16 தமிழ் ESV). நாம் தேவன் நம்மைக் கொண்டுச் செய்யும்படி திட்டமிட்டதை விசுவாசத்தில் செயல்படும்போது, அவர் நிச்சயமாக நம்மைத் தேவையானவற்றால் சீர்படுத்தி, தமது கிரியையைச் செய்யும் வகையில் ஏற்பாடு செய்கிறார்.

தேவனுடைய சித்தத்திற்கு கீழ்ப்படிவதால், நாம் பூமியில் அவர் சித்தத்தின்படி வாழும் ஆசீர்வாதத்தைப் பெறுகிறோம். அது விசுவாசத்தின் வாழ்க்கையை வெளிப்படுத்துகிறது, மேலும் அவர் நம் அழைப்புக்காகச் செய்வதை ஏற்றுக்கொள்கிறது. ஆனால், அதற்கு மேல் பரலோகத்தில் நமக்கு வழங்கப்படும் நித்திய ஆசீர்வாதமும் பலனும் உண்டு:

"மகிழ்ச்சியாய் இருங்கள், பூரிப்படையுங்கள், ஏனெனில் பரலோகத்திலே உங்கள் இந்தப் பலன் பெரிது, உங்களுக்கு முன்பிருந்த தீர்க்கதரிசிகளையும் அவர்கள் துன்புறுத்தினார்கள்" (மத்தேயு 5:12). இந்த விஷயத்தைப்பற்றி இயேசு இவ்வாறு பேசினார்: அவர் சித்தத்தைக் கடைப்பிடிக்கும்படி எதையாவது துறக்க வேண்டியபோது, பரலோகத்தில் நாம் நூறுமடங்கு பெறுவோம் என்று விளக்கினார். "உண்மையாக உங்களுக்குச் சொல்லுகிறேன், என் நிமித்தமும் சுவிசேஷத்தின் நிமித்தமும் வீட்டையும், சகோதரரையும், சகோதரிகளையும், தாயையும், தகப்பனையும், பிள்ளைகளையும், நிலங்களையும் விட்டுவிட்ட எவரும், இப்பொழுதே இப்பரலோகத்தில், துன்பங்களோடு நூறுமடங்காக வீட்டையும், சகோதரரையும், சகோதரிகளையும், தாயையும், பிள்ளைகளையும், நிலங்களையும் பெற்றுக்கொண்டு, மறுமையிலே நித்திய ஜீவனையும் அடைவான்" (மாற்கு

10:29-30 தமிழ் ESV). இப்போதும் மிஷனெரிப் பணி செய்பவர்கள், சுவிசேஷம் அறிவிக்கப்படாத ஜாதிகளுக்குச் செல்வதற்காக குடும்ப உறவுகளையும் வீடுகளையும் விட்டு அறியாத இடங்களுக்கு செல்கையில், அவர்கள் எவ்வாறு உணர்கிறார்களென நீங்கள் சிந்திக்க முடியுமா? அந்தத் தியாகத்தினால் அவர்கள் சொல்வதின் கனிகள் வாழ்க்கைகளை மாற்றுவதை காணும் ஆசீர்வாதம் பூமியில் பலன் கிடைக்கும். மேலும், பரலோகத்தில் பலனும் உண்டு.

அதிகாரம் 16

பிறருக்கான ஜெபங்கள்

இங்கே பலவகையான ஜெபங்கள் உள்ளன, அவை உங்களைத் தைரியமாகவும், விசுவாசம் நிரம்பிய நம்பிக்கையுடனும் அறிவிக்க உதவும். நீங்கள் ஜெபிக்கும்போது, நீங்கள் சந்திக்கும் எந்தத் தெளிவின்மைக்கும் மேலாக, தேவனில் உள்ள உங்கள் விசுவாசம் உயரட்டும். உங்கள் சிறந்த முயற்சிகள் குறைவாக இருக்கிற இடத்தில், அங்கே விசுவாசம் செயலில் நுழைகிறது, அங்கேயே தேவன் உங்கள் குடும்பத்திலும் சூழ்நிலைகளிலும் தமது மகிமையை வெளிப்படுத்த விரும்புகிறார். உங்கள் விசுவாசத்தை தேவனுடைய வாக்குறுதிகளோடு இணைக்கவும், ஏனெனில், அவர் எல்லையற்ற தேவன், நாம் நம்புகிறதையும் கற்பனை செய்கிறதையும் விட அளவிட முடியாதவைகளைச் செய்யக்கூடியவர்.

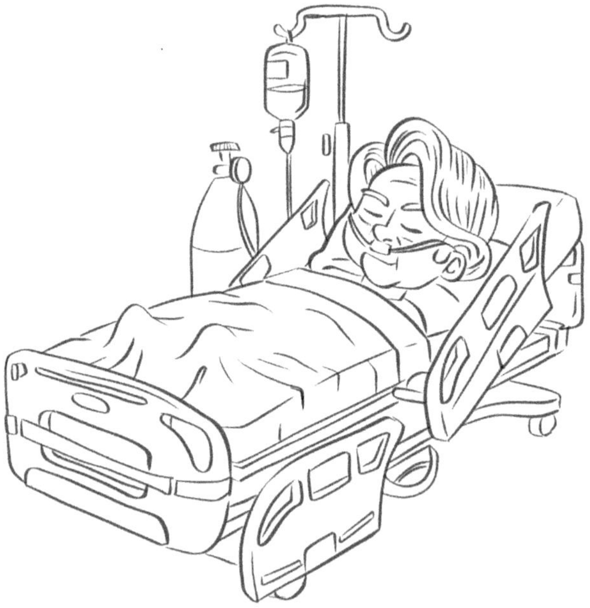

பாதுகாப்பிற்கான ஜெபம்

கார்த்தாவே, இன்று (பெயர்) உம்மிடத்தில் ஒப்படைக்கிறேன், உம்மைவிடப் பெரிய பாதுகாப்பின் அடைக்கலம் எதுவுமில்லை என்பதில் நம்பிக்கையுடனும் விசுவாசத்துடனும். விபத்துகளிலிருந்தும், நோய்களிலிருந்தும், தீய நோக்கத்திலிருந்தும் அவர்களை நீர் பாதுகாப்பதற்கு நன்றி செலுத்துகிறேன். உமது பரிசுத்த ஆவி எப்போதும் அவர்களுக்கு உந்துதலளித்து, நாள் மற்றும் இரவின் ஒவ்வொரு வேளையிலும் திசை, தீர்வு, ஞானம் ஆகியவற்றை வழங்குகிறாரென நன்றி கூறுகிறேன். அவர்கள் வலப்புறமாகவோ இடப்புறமாகவோ திரும்பும்போது, அவர்கள் பின்புறத்திலிருந்து உமது குரல் கேட்டு, 'இதுவே வழி, இதிலே நட' (எசாயா 30:21) என்று சொல்வார்கள் என அறிவிக்கிறேன். எங்கு சென்றாலும் நமது குடும்பத்தின் அனைத்து உறுப்பினர்களையும் பாதுகாக்க, உமது தூதர்களை அனுப்புகிறீர் என்பதற்காக நன்றி (சங்கீதம் 91:11). (பெயர்) துன்பத்தில் உம்மை அழைக்கும் போது, நீர் அவர்களுக்கு உத்தரவு செய்து, விடுவித்து, கௌளரவிக்கிறீர் என்பதற்காக நன்றி (சங்கீதம் 91:15). அவர்களை மூடிவைத்து, அடைக்கலமாக வழங்குவீர் என்பதற்கான உமது வாக்குறுதிக்கும், உமது நம்பகத்தன்மை அவர்களுக்கு எதிரியின் கவசமாக இருந்து, பாதுகாப்பிற்கான இடத்தை வழங்குவதாக இருப்பதற்கும் நன்றி (சங்கீதம் 91:4-7). அவர்கள் உம்முடன் இருப்பதால், அச்சமின்றி வாழுமாறு நீர் எப்போதும் ஊக்குவிப்பதுபோல, அவர்களின் இருதயம் உமது தவறாத பாதுகாப்பில் உறுதியாக இருக்கும்படி கேட்கிறேன். எதிரியின் யுக்திகளைப் பற்றிய கவலையின்றி, நீர் போதுமானவர் என்று அவர்களின் இருதயத்தில் நம்பும்படி. (பெயர்) தலைக்கு இரட்சிப்பின் கவசத்தை உறுதியாக வைத்ததற்கு நன்றி. எதிரியின் யுக்திகளிலிருந்து அவர்களின் மனதைப் பாதுகாக்கவும், நம்பிக்கை மற்றும் பொறுமையால் நிரம்பிய சிந்தனைகளில் ஈடுபடச் செய்யவும், அவர்களுக்கு கிறிஸ்துவின் சிந்தையை அறிவிக்கிறேன். வானலோக இடங்களில் உள்ள தீய வல்லமைகளுக்கு எதிராக நிலைக்க (பெயர்) கிறிஸ்துவோடு பரலோகத்தில் அமர்த்தப்பட்டிருக்கிறார் (எபேசியர் 2:6), ஆண்டவரே,அவரோடு அதிகாரத்திலும், அடையாளத்திலும், வெற்றியிலும் உமது இரட்சிப்பு கிருபையினால், பங்குகொள்கிறார்.

நோயாளிக்கான ஜெபம்

கர்த்தாவே, (பெயர்) அவர்கள் தங்கள் நோயில் தாக்கப்பட்டிருக்கிறார்கள், அவர்களை முழு ஆரோக்கியத்திற்கு மீட்டருளுவீர் (சங்கீதம் 41:3). தேவனுடைய இராஜ்யம் அவர்களுக்கருகில் வந்துவிட்டது என்பதனால், (பெயர்) அவர்கள் தங்கள் சுகத்தைப் பெற்றுக்கொள்கிறார்கள் என்று நான் நம்புகிறேன் (லூக்கா 10:9).

இன்று (பெயர்) அவர்கள் எதிர்கொள்கிற ஒவ்வொரு நோயையும் வியாதியையும் குணப்படுத்தும் அதிகாரத்தோடு இயேசுவின் நாமத்தில் ஜெபிக்கிறேன். இயேசுவின் இரத்தம் அவர்களுக்காகப் பேசுகிறது என்று உமது வசனம் சொல்கிறது (எபிரெயர் 12:24). நோயின் அடிமைத்தனத்திலிருந்து இயேசுவின் இரத்தம் அவர்களை விடுவிக்கிறது. நோயாளிகளை இரட்சிக்கவும், நீதிமான்களை அழைக்கவும் வந்த உம்மைத் தலைசிறந்த வைத்தியராக நன்றி செலுத்துகிறேன் (லூக்கா 5:31-32). என் விசுவாசத்தின் முதன்மையிலும் நிறைவிலும் இருக்கும் இயேசுவை நோக்குகிறேன், அவர் என் விடுதலைக்காக ஆனந்தத்தோடு சிலுவையைத் தாங்கினார் (எபிரெயர் 12:1-3).

(பெயர்) அவர்கள் உமது பரலோகத் தந்தையான உம்முடைய செல்வத்தின் அபரீதத்திலிருந்து உமது மகிமையின் செல்வத்தைப் பெற்றுக்கொள்கிறார்கள், ஒவ்வொரு தேவையும் பூர்த்தியாகிறது. உடலால், மனதால், உணர்ச்சியால், ஆன்மீகத்தால் – நீர் வல்லமையோடு இடைப்பட்டு அவர்களை உமது வளமான பரிபூரணத்தால் ஆசீர்வதித்துள்ளீர். உமது மகிமை, வல்லமை, பிரசன்னம் இப்போது அவர்களின் உடலையும் மனதையும் தொடுகின்றது. அவர்களின் உடலில் உள்ள ஒவ்வொரு உறுப்பும், அமைப்பும் உம்முடைய மறுரூபமாக்கும்சந்நிதியிலும் வல்லமையிலும் ஆழமாக நனையட்டும். கர்த்தாவே, முன்னரே உமது மகிமைக்காக ஆயத்தம் செய்த உமது இரக்கத்தோடு உமது மகிமையின் செல்வத்தை அவர்களுக்கு அறிவிக்கிறீர் (ரோமர் 9:23). (பெயர்) அவர்களை உமது சிறகுகளால் மூடுகிறீர், உமது சிறகுகளின் கீழ் அவர்கள் தஞ்சம் காண்பதற்காக நன்றி செலுத்துகிறோம். உமது விசுவாசம் அவர்களுக்குச் கவசமும் கோட்டையுமாக இருக்கிறது. ஏனெனில் நீர் அவர்களின் பாதுகாப்பான இடமாக இருக்கிறீர் (சங்கீதம் 91:4).

வழிகாட்டுதலுக்கான ஜெபம்

கர்த்தாவே, (பெயர்) அவர்களுக்காக ஜெபிக்கிறேன். அவர்கள் உமது வலதுகரத்திலே இருக்கிறார்கள், அவர்களின் எதிர்காலம் உம்மிடம் பாதுகாப்பாக உள்ளது என்பதற்காக நன்றி செலுத்துகிறேன். உமது வசனத்தில், உம்மை முழு இதயத்தோடு தேடுகிறவர்கள் உம்மை கண்டடைவார்கள் என்று வாக்கு கொடுத்ததால், (எரேமியா 29:13) (பெயர்) அவர்கள் உண்மையிலேயே உம்மை முழு இதயத்தோடு தேடுவார்களாக. அவர்கள் தங்கள் வாழ்க்கை மற்றும் எதிர்காலம் குறித்த ஒவ்வொரு முடிவிலும் நீர் முதலாவதாகவும் முக்கியமானவராகவும் இருப்பீராக. அவர்கள் உமது திசையையும் எதிர்காலத்தையும் தேடும்போது, நீர் அவர்கள் உண்மையான திசைகாட்டியாக இருந்து, நடக்க வேண்டிய வழியையும் செல்ல வேண்டிய பாதையையும் காட்டுவீராக.

அடுத்த படிகளுக்கான உமது திசையில் கவனம் இழக்காமல், காத்திருக்க உமது பரிசுத்த ஆவியின் பொறுமையை அவர்களுக்கு வாரிவாரித் தருவீராக. (பெயர்) அவர்கள் தைரியத்தோடு காத்திருந்து, உமது திட்டங்களும் நம்பிக்கையும் வாக்குறுதியும் நிறைந்த எதிர்காலமும் உள்ளதாக நம்புவார்களாக (சங்கீதம் 27:14). உமது திட்டங்கள் அவர்களை வளப்படுத்தும், தீங்கிழைக்காது (எரேமியா 29:11). கர்த்தாவே, உமது ஆவியின் சத்தத்தை உமது பிள்ளைகளுக்கு வெளிப்படுத்துகிறீர், உமது ஆடுகள் உமது குரலைக் கேட்கிறார்கள் என்று நம்புகிறேன் (யோவான் 10:27-28). (பெயர்) அவர்கள் உமது குரலைக் கேட்கிறார்கள், உமது பரிசுத்த ஆவி அவர்களின் இருதயத்தை உம்மை நோக்கிச் செலுத்துகிறார், நீர் ஏற்கெனவே திட்டமிட்ட திசையை அவர்களுக்கு வழங்குகிறீர். (பெயர்) அவர்களின் இருதயத்தில் நீர் வைத்த வெற்றிகரமான திட்டங்களுக்கு நன்றி செலுத்துகிறேன்.

அவர்கள் எதிரியின் திட்டங்களால் அல்லது உலகின் வழிகளால் ஈர்க்கப்படாமல் இருக்கட்டும். அதற்கு பதிலாக, அவர்கள் ஒவ்வொரு வழியிலும் உமக்கே அர்ப்பணித்து, உம்மை நம்பி, அவர்களின் இருதயத்தில் உள்ள ஆசைகளை நிறைவேற்றுவீராக (சங்கீதம் 37:4). பல்வேறு தேர்வுகளும் வாய்ப்புகளும் வரும்பொழுது, அவர்கள் ஒவ்வொரு வழியிலும் முதலில் உமது இராஜ்யத்தையும் நீதியையும்

தேடுவார்களாக, உலகிற்கு உப்பும் ஒளியுமாய், இரக்கத்துடனும் தூய்மையுடனும் வாழ்வார்களாக (மத்தேயு 5 மற்றும் 6:1).
உமது வசனம் எப்போதும் அவர்களின் கால்களுக்கு விளக்காக இருந்து, உமது திசையை வெளிச்சமிட்டுக் காட்டட்டும் (சங்கீதம் 119:105). நீதியின் பாதையையும் குறிப்பிட்ட திசையையும் காட்டட்டும். உமது வசனத்தை ஆராய்ந்து, எப்போதும் உம்மோடு நித்திய உறவை நோக்கிச் செல்கின்ற பரிசுத்தத்தின் நெடுஞ்சாலையிலே பயணிக்க அவர்கள் தேர்வு செய்வார்களாக.

இனிய உறக்கத்திற்கான ஜெபம்

இயேசுவே, எங்கள் குடும்பத்தின் ஆண்டவரும் எங்கள் வீட்டின் ஆண்டவருமாய் இருக்கிறீர் என்பதற்காக நன்றி செலுத்துகிறேன். எங்கள் சொத்து, வீடு, எங்கள் இல்லத்தின் ஒவ்வொரு அறையின் சூழலைக் குறித்து உண்மையில் நிலைத்து, அதிகாரம் செலுத்துகிறேன். எங்கள் படுக்கையறைகளின் உள்ளத்தில், கர்த்தாவே, உமது சமாதானம் எங்கள்மேல் இருக்கிறது. உமது சமாதானம் எங்கள் மனங்களில் இருக்கிறது. உமது இராஜ்யம் சமீபமாக இருக்கிறது, பரலோகத்தின் சூழல் எங்களைச் சூழ்ந்து கொண்டிருக்கிறது. இன்று இரவு, நாங்கள் படுத்து உறங்கும்போது, உமது சமாதானத்தை மனமுவந்து ஏற்றுக்கொள்கிறோம், எங்களுடைய தலையைத் தலையணையில் வைக்கும்போது, நம்மை நீர் மட்டுமே எங்களைப் பாதுகாப்பாக வாசம்பண்ணச் செய்கிறீர்(சங்கீதம் 4:8).
இரவில் வரும் பயத்தை நாம் அஞ்சமாட்டோம் (சங்கீதம் 91:5), ஏனெனில் நீர் எங்கள் இரட்சகரும், கவசமும், அடைக்கலமுமாய் இருக்கிறீர் (2 சாமுவேல் 22:2–3). நீர் எங்களை உமது கூடாரத்தின் பாதுகாப்பில் பாதுகாக்கிறீர், உமது கூடாரத்தின் சாயலில் எங்களை மறைக்கிறீர் (சங்கீதம் 27:5). இன்று இரவு நாங்கள் படுக்கைகளில் படுக்கும் பொழுது, நீர் எங்கள் நடுவில் இருக்கிறீர் என்பதற்காக நன்றி செலுத்துகிறோம். நீர் எங்களை இரட்சிக்கும் தேவன், மகிழ்ச்சியோடு எங்கள்மேல் ஆனந்தப்படுகிறீர். உமது அன்பிலும் ஆனந்தத்திலும் நாங்கள் ஓய்வெடுக்கிறோம், நீர் எங்களை மீதான ஆனந்தத்தோடு பாடுகிறீர் (செப்பனியா 3:17).

அன்புக்குரிய ஒருவரின் இரட்சிப்புக்கான ஜெபம்

கர்த்தாவே, உம்முடைய நிலையான ஆளுமைக்கும், உம்முடைய சுயாட்சித் திட்டத்திற்கும், உம்முடைய மீட்பான அன்பிற்கும் நன்றி செலுத்துகிறேன். நீர் அல்பாவும் ஒமேகாவும், முதலும் கடைசியும், தொடக்கமும் முடிவுமாவீர் (வெளிப்படுத்தின விசேஷம் 22:13). நீர் எங்கள் விசுவாசத்தின் ஒருங்கிணைப்பாளரும் பூர்த்தி செய்பவருமாவீர் (எபிரெயர் 12:2).

கர்த்தாவே, (பெயர்) அவர்களை உம்மிடம் ஒப்படைக்கிறேன். அவர்களின் வாழ்க்கைக்கும், நோக்கத்திற்கும், எதிர்காலத்திற்கும் உமக்கு நன்றி. (பெயர்) உம்முடைய சாயலில் அன்போடு படைக்கப்பட்டு, அவர்களுடைய வாழ்க்கைக்கென ஒரு திட்டத்துடனும், நோக்கத்துடனும் படைக்கப்பட்டதற்காக உமக்கு நன்றி.

(பெயர்) மீது நீர் வைத்த அன்பினால், உம்முடைய குமாரனாகிய இயேசுவைத் தந்ததற்கும் நன்றி. அதனால் (பெயர்) உம்மை நம்பி அழிந்துபோகாமல் நித்திய ஜீவனை அடைவாராக (யோவான் 3:16). (பெயர்) அவர்களைத் தண்டிக்க அல்ல, இரட்சிக்கவே வந்திருக்கிறீர். கர்த்தாவே, உமது வசனத்தை அவர்களுக்கு நினைவுபடுத்துவீராக, ”என்னைத் தேடாதிருந்தவர்களால் தேடப்பட்டேன், என்னை விசாரிக்காதிருந்தவர்களுக்குக் கண்டறியப்பட்டேன். என் நாமம் அழைக்கப்படாத தேசத்தை நோக்கி, 'இதோ, நான் இங்கே இருக்கிறேன்' என்று கூறினேன்” (ஏசாயா 65:1 தமிழ் ESV). (பெயர்) அவர்களின் இருதயத்தை உம்மைத் தேடுமாறு நீர் மனந்திரும்பச் செய்வீராக. தம்மால் தாமே வாழ்க்கையை நடத்திக் கொண்டதற்கும், உலகத்தின் சோதனைகளாலும் மோசங்களாலும் ஏமாந்ததற்கும் மனந்திரும்புவார்களாக. தங்கள் பிழைகளை ஒப்புக்கொள்வார்களாக, நீர் அவர்களை நோக்கி செவியையும் இருதயத்தையும் சாய்க்குமாறு வேண்டுகிறேன்.

உமது ஆவியினால் (பெயர்) உம்முடன் ஐக்கியம் கொள்ளப் பிணையப்படுவாராக. “தேவனிடத்தில் சேருங்கள், அப்பொழுது அவர் உங்களிடத்தில் சேருவார்.” என்ற உமது வாக்குத்தத்தத்திற்கும் நன்றி (யாக்கோபு 4:8 தமிழ் ESV). உமது ஆவியால் (பெயர்) தனித்துவமான,

ஆழ்ந்த, தனிப்பட்ட சந்திப்புகளுக்குள் வர அழைக்கப்படுவாராக, அவை அவர்களுடைய இருதயத்தையும் ஆவியையும் ஆழமாகத் தொடுவதாக. ஏமாற்றம் அல்லது சந்தேகம் (பெயர்) அவர்களை முன்பு உம்மோடு உறவிலிருந்து விலக்கியிருந்த இடங்களில், அவற்றின் ஆற்றலை முறியடித்து, உமது சுகமாக்குதலும் வல்லமையும் அவர்களுடைய மனம், ஆவி, இருதயத்தின் அந்த இடங்களில் ஊற்றப்படுமாறு ஜெபிக்கிறேன்.

நான் விசுவாசத்துடன் நம்புகிறேன், (பெயர்) தமது வாயால் இயேசு கிறிஸ்து ஆண்டவர் என்று அறிக்கையிட்டு, தமது இருதயத்தில் தேவன் இயேசுவை மரித்தோரிலிருந்து எழுப்பினாரென்று நம்புவார். அப்படியே அவர்களின் இருதயம் ஆழமாக நம்புவதால் நீர் அவர்களை நீதிமான்களாக்குவீராக, அவர்களின் உதடுகள் விசுவாசத்தைப் பறைசாற்றட்டும். “கர்த்தருடைய நாமத்தை அழைப்பவர் இரட்சிக்கப்படுவார்” (ரோமர் 10:8-13).

கர்த்தாவே, (பெயர்) அவர்களை பக்தியுள்ள மக்களால் சூழப்பண்ணுவீராக. அவர்களின் பள்ளி, வேலை, விளையாட்டு அணி, குழுக்கள், அயலவர்கள் – எல்லா வாழ்க்கைப் பகுதிகளிலும். பரிசுத்த ஆவியால் நிரம்பிய விவேகமுள்ள மக்களை அவர்களைச் சுற்றிலும் நிறுத்துவீராக. இவர்கள் (பெயர்) அவர்களுக்குள் உண்மையையும், வாழ்வையும், நம்பிக்கையையும், திருத்தத்தையும், ஊக்கத்தையும், ஞானத்தையும் பேசும் இருதயத்துடன் இருப்பார்களாக. ”ஞானமுள்ள மகன் தன் தகப்பனுடைய சிட்சையைக் கேட்டுக்கொள்வான், வன்மதியுள்ளவனோ கடிந்துகொள்ளுதலைக் கேளான்”. (நீதிமொழிகள் 13:20 தமிழ் ESV) என்று உமது வசனத்தில் சொல்லியுள்ளீர், ஆகையால் அவர்கள் ஞானத்திலும் அறிவிலும், உம்மிடத்திலும் மக்களிடத்திலும் அருளிலும் வளர்வார்களாக (லூக்கா 2:52). (பெயர்) எங்கள் ஆண்டவராகிய கிறிஸ்துவினாலே வெற்றி கொண்டவர்களாக இருப்பார் என்று நான் அறிவிக்கிறேன் (ரோமர் 8:37).

(பெயர்) உமது வார்த்தையினால் சீடனாக்கப்பட்டு, சீடர்களை உருவாக்குபவர்களாக வளர்வார்களாக. தங்கள் கீழ்ப்படிதலின் மூலம் தானியேலைப் போலவும், தைரியத்திலும் தலைமைத்துவத்திலும் யோசுவாவைப் போலவும் இருப்பார்களாக. கர்த்தருடைய ஆலயத்தில் நாட்டப்பட்டு, சபையிலும் சமூகத்திலும் உறுதியாகத் தங்கி, தூண்களாக இருப்பார்களாக. பலவீனருக்குச் சேவை செய்து, பலருக்கு ஞானத்தின் ஆழ்ந்த மூலமாக இருப்பார்களாக. ஆண்டவரே, உம்முடைய சித்தம் நடக்கட்டும், நீர் வழிகாட்டியும் வாக்குத்தத்தங்களைக் காப்பவருமாக இருப்பதற்கு நன்றி. விசுவாசத்துடன் ஜெபிக்கிறோம், ஏனெனில் நீர் வல்லவர். நீர் கேட்பதற்கும் சிந்திப்பதற்கும் மேற்பட்டும் மிகுதியானவற்றை (பெயர்) அவர்களுள் செயல்படும் உமது வல்லமையின்படி செய்வீர் (எபேசியர் 3:20). இயேசுவின் நாமத்தில், ஆமென்.

அன்பில் தொடருங்கள்

என் ஜெபங்கள் உங்களுக்காக எப்போதும் இருக்கின்றன, வாசகர்களே. நீங்கள் அன்பில் வளர்ந்து கொண்டேயிருப்பீர்களாக. இயேசுவின் வார்த்தைகளை உங்களுடைய இருதயத்திற்கு அருகில் வைத்திருங்கள்.

“உன் தேவனாகிய கர்த்தரை உன் முழு இருதயத்தோடும், உன் முழு ஆத்துமாவோடும், உன் முழு மனதோடும், உன் முழு பலத்தோடும் நேசி”. ”இரண்டாவது இதுதான்: 'உன் அயலானை உன்னைப் போலவே நேசி” (மாற்கு 12:30–31தமிழ் ESV).

நீங்கள் ஜெபிக்கும் ஒவ்வொரு ஜெபத்திற்கும் இந்த அன்பே அடித்தளமாக இருக்கட்டும். உங்கள் மீதும் உங்கள் குடும்பங்கள் மீதும் அவர் ஆசீர்வாதம் நிலைத்திருக்கட்டும்.

ஆசிரியர் பற்றி

காத்லீன் ஒரு ஆஸ்திரேலிய கிறிஸ்தவ ஊழியர், சபை ஆசிரியை மற்றும் எழுத்தாளர் ஆவார். ஜெப ஊழியம், பல்சமூக அருட்பணி, சுவிசேஷம் அறிவித்தல் மற்றும் மேய்ப்புப் பணிகளில் அவருக்கு ஆழ்ந்த அனுபவம் உள்ளது. அவர் ஆஸ்திரேலியாவின் மெல்போர்ன் கடற்கரை நகரத்தில் தனது கணவர் மற்றும் மூன்று இளம் வயதுடைய பிள்ளைகளுடன் வாழ்கிறார்.

கடந்த 26 ஆண்டுகளாகக் காத்லீன் குழந்தைகளுக்கும் குடும்பங்களுக்கும் சேவை செய்து வருகிறார். ஜெபத்தின் மூலம் குடும்பங்களை வலுப்படுத்துவதையும், சுவிசேஷத்தால் அவர்களை ஆயத்தப்படுத்துவதையும் அவர் நேசிக்கிறார்.

காத்லீன் சண்ட் பெர்ல் ப்ரஸ் (Sand Pearl Press) என்ற வெளியீட்டு நிறுவனம் தொடங்கியவர். Sand Pearl Press குடும்பங்களுக்கும் புதிய விசுவாசிகளுக்கும் உதவும் நூல்களை வெளியிடுகிறது. மணற்பொருளிலிருந்து முத்து உருவாகும் போல், சவால்களுக்குள் இருந்தும் அழகும் வலிமையும் உருவாக முடியும் என்பதை இது காட்டுகிறது.

2 கொரிந்தியர் 4:8-9 வசனத்தால் ஊக்கமளிக்கப்பட்டு, விசுவாசிகள் எல்லாத் தரப்பிலும் அழுத்தப்பட்டாலும், ஒருபோதும் நசுங்குவதில்லை, அவர்கள் கிறிஸ்துவின் மகிமைக்காக மாற்றப்படுகிறார்கள். ஒவ்வொரு ஜீவனும் படைப்பாளரின் அன்பான கரங்களால் நுணுக்கமாகவும் நோக்கத்தோடும் உருவாக்கப்பட்டது என்பதை சங்கீதம் 139:15 நமக்கு நினைவூட்டுகிறது. ஒவ்வொரு நாளும் தேவனுடைய புத்தகத்தில் அழகாக எழுதப்பட்டுள்ளது.

காத்லீன் தனது வாசகர்களுடன் ஆழ்ந்த தொடர்பைப் பாராட்டுகிறார். உங்களுக்கு ஏதேனும் கேள்வி, சிந்தனை, அல்லது உங்கள் ஆன்மீக வளர்ச்சியையும் பயணத்தையும் பகிர விரும்பினால், நேரடியாக அவருக்கு மின்னஞ்சல் செய்யலாம்: **author.kvergers@gmail.com**

ஓவியர் பற்றி

பால் ஜாய் மெல்போர்னைச் சேர்ந்த கலைஞர். அவரது கையால் வரையப்பட்ட படங்கள் சிக்கலான கருத்துக்களுக்கு தெளிவும் ஆழ்ந்த பார்வையும் அளிக்கின்றன. திறமையான வரைவு குறிப்பாளர், கையெழுத்து கலைஞர், மற்றும் ஓவியர் ஆகிய அவர், பார்வைச் சொல்லாக்கத்தைத் தனது பிரசங்கம், பேச்சு மற்றும் கல்வி பணிகளுடன் ஒருங்கிணைக்கிறார். பால் ஒரு கிறிஸ்தவ ஊழியக்காரராக ஒப்புதல்பெற்றவர் மற்றும் தற்போது பள்ளி சப்பிளைனாகவும், காட்சிகலை ஆசிரியராகவும் பணியாற்றுகிறார். மேலும், அவர் ஆன்லைன் ஓவியப் பயிற்சிகளை நடத்துகிறார் மற்றும் ஆஸ்திரேலியாவிலும் அமெரிக்காவிலும் பல வெளியீடுகளுக்காக ஓவியங்களை வரைந்துள்ளார். பால் தனது மனைவி மற்றும் மூன்று குழந்தைகளுடன் மெல்போர்னில் வசிக்கிறார்.

பாலின் படைப்புகளை மேலும் காணவோ அல்லது அவரைத்
தொடர்புகொள்ளவோ,
பாருங்கள்: **www.handdrawntoday.com**
அல்லது மின்னஞ்சல் அனுப்புங்கள்:
handdrawntoday@gmail.com

குறிப்புகள்

1. பிரான்சிஸ் ப்ரவுன், எஸ். ஆர். டிரைவர், மற்றும் சார்ல்ஸ் ஏ. பிரிக்ஸ். அ ஹீப்ரூ அண்ட் இங்கிலீஷ் லெக்சிகான் ஆஃப் தி ஓல்ட் டெஸ்டமெண்ட் (ஆக்ஸ்போர்டு: கிளாரண்டன் ப்ரஸ், 1906).

2. ரிக் ரென்னர், ஹாவ் டு மேன்டெயின் யோர் ஷீல்ட் ஆஃப் பேத்: ஏன்ஷியன்ட் ரோமன் சீக்ரெட்ஸ் ரிவீல்டு, ஹாரிசன் ஹவுஸ், 2023, பக்.

www.ingramcontent.com/pod-product-compliance
Lightning Source LLC
LaVergne TN
LVHW020938061026
849535LV00011B/3897
9781764275941